நந்தனார் தெரு

மற்றும் சில கதைகள்

நந்தனார் தெரு

மற்றும் சில கதைகள்

விழி.பா. இதயவேந்தன்

கருப்புப் பிரதிகள்

நந்தனார் தெரு
மற்றும் சில கதைகள்
© விழி.பா. இதயவேந்தன்
முதற்பதிப்பு: நவம்பர், 2022

வெளியீடு: கருப்புப் பிரதிகள்
பி 55, பப்பு மஸ்தான் தர்கா, லாயிட்ஸ் சாலை,
சென்னை 600 005.
பேச: 94442 72500
மின்னஞ்சல்: karuppupradhigal@gmail.com
முகப்பு, கோட்டோவியங்கள்: தமிழ்பித்தன்
வடிவமைப்பு: ஜீவமணி
அச்சாக்கம்: ஜோதி எண்டர்பிரைசஸ், சென்னை 600 005.

விலை: ரூ. 240.00

Nandhanar theru
matrum sila kathaikal
© Vizhi. Pa. Idhayavendhan

First Edition: November, 2022
by Karuppu Pradhigal
B55, Pappu Masthan Darga, Lloyds Road,
Chennai 600 005, Tamil Nadu, South India.
Mobile: 94442 72500
Email: karuppupradhigal@gmail.com
Cover and Drawings: Tamizhpithan
Layout: Jeevamani
Printed by: Jothy Enterprises, Chennai 600 005.

Price: ₹ 240.00

ISBN: 978-93-95256-23-0

நசுக்கப்பட்ட
விளிம்பு நிலை மக்களுக்கும்
ஒடுக்கப்பட்ட
உழைக்கும் வர்க்கத்திற்கும்
இந்நூல்

விழி.பா. இதயவேந்தன்

1962 ஆம் ஆண்டில் விழுப்புரம் நகரில் பாவாடை – பாக்கியம் ஆகியோருக்கு மூத்த மகனாக பிறந்த விழி.பா. இதயவேந்தனின் இயற்பெயர் அண்ணாதுரை ஆகும்.

இவருக்கு கண்ணகி, மணிமேகலை என இரு சகோதரிகளும் உண்டு.

விழுப்புரம் நகராட்சி நிர்வாகத்தில் மேலாளராக பணியாற்றி கடந்த ஜூன் மாதம் பணி ஓய்வு பெற்ற இதயவேந்தனுக்கு அ. விஜயலட்சுமி என்கிற இணையரும், அஜிதா பாரதி, சாருமதி என இரு மகள்களும், சூர்ய தீபன் என்ற மகனும் உள்ளனர்.

80களின் தொடக்கத்தில் எழுதத் தொடங்கிய இதயவேந்தன் சிறுகதைகள், குறுநாவல்கள், கட்டுரைகள் என முப்பது நூல்களை தமிழுக்கு தந்துள்ளார்.

தென்பெண்ணைக் கலை இலக்கிய கூடல் என்ற அமைப்பை நண்பர்களோடு இணைந்து விழுப்புரம் நகரில் நடத்திவந்த இதயவேந்தன் நெம்புகோல், வானவில், ஞாயிறு, மருதம் என்கிற அமைப்புகளோடும் முதன்மையான இலக்கிய அரசியல் செயல்பாடுகளை முன்னெடுத்தவர்.

மனஓசை, செந்தாரகை, புதிய மனிதன், கணையாழி ஆகிய சிற்றிதழ்களில் எழுத்து இலக்கிய உறவாடல்களை அமைத்துக் கொண்டவர்.

சிறுநீரக செயலிழப்பினால் அவதியுற்று தொடர்ந்து மருத்துவ சிகிச்சையிலிருந்த இதயவேந்தன் தனது 60 ஆவது வயதில் கடந்த 7.11.2022 அன்று நம்மை விட்டு பிரிந்தார்.

தகவல் உதவி: தோழர். அன்பாதவன்

கருப்புக் குறிப்புகள்

நம்முடைய இலக்கிய அறிதல் வெளியில் நங்கூரமிட்டு நிற்கும் நகரமயப்பட்ட இலக்கிய உபாதைகளை வெளியேற்றிவிட்டு இன்னொரு தமிழகத்தை குறிப்பாக வட தமிழகத்தின் ஜாதிய இயங்கியலுக்குள் தள்ளப்பட்டு அன்றாடம் அவதியுறும் எளிய மனிதர்களின் வாழ்க்கையை ஆழமாகவும் நேர்மையாகவும் சிறுகதைகளாக எழுதிக்காட்டியவர் விழி.பா. இதயவேந்தன்.

மநுதர்மத்தால் உலகின் முதல் வதை முகாம்களாக சேரிகள் உருவாக்கப்பட்டு இன்று வரை இந்த தேசத்தை இரட்டை இந்தியாவாகவே வைத்து சீரழித்து வரும் இந்திய பார்ப்பனியத்தின் கங்காணிகளாக இருந்து வரும் காவல், நீதித்துறை ஆகிய ஜாதியப் பண்பாட்டுச் சிறைகளில் வதைபடுவதும் மீளப் போராடுவதுமான எளிய மனித வாழ்வின் இலக்கியச் சித்திரங்களிவை.

நெம்புகோல் இயக்கம், புரட்சிப் பண்பாட்டு பேரவை, மன ஓசை, நிறப்பிரிகை என தமிழின் வளமிக்க இடதுசாரி உரையாடல்களை நவீனத்துவம், பின் நவீனத்துவம், அமைப்பியல், பின் அமைப்பியல், மார்க்சியம் என்கிற பெயர்களில் நிகழ்த்திப் பார்த்த குழுக்களோடும் இயக்கங்களோடும், இதழ்களோடும் எவ்வளவு உரையாடல்களை நிகழ்த்திக் கொண்டாலும் விழி. பா. இதயவேந்தனின் மனமும் கால்களும் தன்னுடைய நிலப்பரப்பின், அருந்ததிய, தலித்திய, விளிம்புநிலை மக்களின் வாழ்வியற் போராட்டங்களிலிருந்தும் வர்க்கத் தன்னிலைகளிலிருந்தும் துண்டித்துக் கொண்டு அந்தரத்தில் நிறுத்திக் கொள்ள எத்தனித்ததேயில்லை என்பதை அவரது இந்தத் தொகுப்பை வாசிப்பதன் மூலம் உணர முடியும்.

"இசங்களைத் துணைக்கு வைத்துக் கொள்ளலாம் தோழர். அவற்றை தோளில் வைத்து வீதி உலா நிகழ்த்த முடியாது. ஜாதியை ஒழிக்க விரும்பும் ஒவ்வொருவரும் அதற்குள்ளிருந்துதான் போராடி உரையாடி ஒழிக்க வேண்டும். இவற்றிலிருந்து ஓடி ஒளிய

முடியாது" என இருபதாண்டுகளுக்கு முன்பு பின் நவீனத்துவம் தொடர்பான விவாதமொன்றில் உறுதிபடச் சொன்னவர் இதயவேந்தன். அடிப்படையில் அம்பேத்கர், பெரியார், மார்க்ஸ் பற்றாளரான அவர் கதைகளின் வாயிலாக நம்மிடையே விட்டுச் சென்ற இலக்கிய இயக்க இறுதிச் செய்தியாகவும் இதுவாகவே அமைகிறது.

இருபது ஆண்டுகளுக்கு முன்னர் பேராசிரியர் அ. மார்க்ஸ் மூலமாக அறிமுகமானவர் இதயவேந்தன் என்றாலும் அவரது கதைகளை தொகுப்பாக்கும் ஒரு நிலைக் கொண்ட பொருளாதார தன்னிலைக்கு கருப்புப் பிரதிகள் வருவதற்கே இருபது ஆண்டுகளாகிறது என்கிற பெருமூச்சோடு அவரிடம் கவிஞர் மதிவண்ணனை வைத்து பேசி இந்தத் தொகுப்பை ஜனவரி புத்தகக் கண்காட்சியில் வெளியிடும் வாய்ப்பைப் பெற்றேன். அதற்குள் இயற்கை சகோதரர் இதயவேந்தனை நம்மிடம் இருந்து பறித்து இத்தொகுப்பை வெளியிடும் செயலை விரைவாக்கிவிட்டது.

இந்நூலை வெளியிட கருப்புப் பிரதிகளுக்கு எப்போதும் போல் துணை நின்ற கவிஞர் மதிவண்ணன், நண்பர்கள் ஷோபாசக்தி, அமுதா, விஜய் ஆனந்த் (பெங்களூரு), இத் தொகுப்பிற்கான உள்ளீடாக அரசியல் பொருண்மை கொண்ட கோட்டோவியங்களையும் முகப்போவியத்தையும் வரைந்தளித்த கவிஞரும் ஓவியருமான தமிழ்பித்தன் அவர்களுக்கும், குறுகிய காலத்தில் நூலை வழக்கம் போல் சிறப்பாக வடிவமைத்து தந்த ஜீவமணிக்கும், தொகுப்பை வெளியிட வாய்ப்பளித்த சகோதரர் விழி.பா. இதயவேந்தன் அவர்களுக்கும், அவரது குடும்பத்தாருக்கும் அன்பையும் நெகிழ்ந்த நன்றியையும் பணிக்கிறேன்.

தோழமையுடன்
நீலகண்டன்

உள்ளே...

- கதைகளின் தடங்கள் – விழி.பா. இதயவேந்தன் 11
1. நந்தனார் தெரு 13
2. வதைபடும் வாழ்வு 20
3. சிதைவு 29
4. நிறங்கள் 39
5. அவனும் ஓர் அழுகிய பிணமும் 48
6. வலி 58
7. சிதறல்கள் 66
8. முள்ளோடை 75
9. கறியும் சோறும் 85
10. மலையான் 97
11. பறை 106
12. இருள் தீ 117
13. சோறு 131
14. பள்ளத்தெரு 140
15. முள் 152
16. கவுரவம் 161
17. பறச்சித்தலைவி 173
18. சாமிக்கண்ணு என்றொரு மனிதன் 184
19. ஆசை 196
20. ஆதாரம் 210

- விழி. பா. இதயவேந்தனின் பிற நூல்கள் 221
- விழி. பா. இதயவேந்தன்
  பெற்ற பரிசுகள், பாராட்டுகள், விருதுகள் 222

நன்றி

- மனஓசை □ செம்மலர் □ தாமரை □ புதிய கோடாங்கி
- தினமணி கதிர் □ தினமணி சுடர் □ இந்தியா டுடே
- தலித் முரசு □ தமிழரசு ஆண்டு மலர்
- தாமரைச்செல்வி பதிப்பகம்
- காவ்யா
- வள்ளி சுந்தர் பதிப்பகம்
- மணிமேகலைப் பிரசுரம்
- அன்னை ராஜேஸ்வரி பதிப்பகம்

மற்றும் உங்களுக்கும்

கதைகளின் தடங்கள்

சிறுகதை பரந்து விரிந்த தன்மையிலானது. பல்வேறு சவால்களைக் கொண்டது. நாவல், கவிதை, நாடகங்கள், உரைகள் போலவே சிறுகதைகளும் தமிழ் இலக்கியத்தில் தனித்தடம் பதித்து வருகின்றன. நூற்றாண்டு கால சிறுகதை வளர்ச்சியைப் பார்க்கும் போது எண்ணற்ற எழுத்தாளர்களின் படைப்புகள் தமிழுக்குப் பெருமைகள் சேர்க்கின்றன.

படைப்பு என்பது புதிது புதிதாய் உருவாக்குவது. அதுவும் ஒரு வகையான பிறப்புதான். சாதாரணமாக கதையை ஜோடித்து விட முடியாது. அதற்கான காரண காரியம், பின் விளைவுகள், அவற்றின் சமூகத் தாக்கம், அவற்றால் எழுச்சி அல்லது வீழ்ச்சி எல்லாம்தான் எழுத்துகளாய் வாசகர்களை சென்றடைகிறது.

சிறந்த எழுத்துகளைப் பதிவு செய்ய வேண்டும். எழுதும் சிறுகதைகள் பரந்துபட்ட வாசகர்களைப் போய்ச் சேர வேண்டும். கதைகள் அடுத்தடுத்த கட்டத்திற்கு எழுத்தாளர் கொண்டு போக வேண்டும் என்பதெல்லாம் இக்காலகட்டத்தின் நியதியாக உள்ளது. என்றாலும் அவன் சார்ந்த சமூக சூழலும் பின்னணியும் அவனை ஒரு புரட்டு புரட்டி எடுத்து விடுகிறது. கூடவே அவனது வாசிப்பு அனுபவங்களும் எழுத்தின் வீரியத்தை நிர்ணயிக்கின்றன.

பிறமொழி இலக்கியங்களை மொழிபெயர்ப்பில் வாசிப்பதும் ஏராளமான மொழிபெயர்ப்புகளை உள் வாங்கிக் கொள்வதிலும் அந்தந்த மொழிகளில் அந்தந்த தேசங்களில் நிகழும் நிகழ்வுகள் வரலாறுகளாகவும் சான்றாவணங்களாகவும் கதைகள் மூலம் நமக்குக் கிடைக்கின்றன.

இந்தத் தொகுப்பை பொருத்தவரையில் எனது வாழ்க்கை அனுபவங்கள் மட்டுமல்ல; என் மக்கள் சார்ந்த வாழ்வின் ஒரு பகுதியாகவும் அமைந்திருக்கிறது. விளிம்பு நிலை மக்களின் வாழ்வுப் பதிவாகவும் ஒடுக்கப்பட்ட மக்களின் விடியலுக்கான குரலாகவும் இருக்கும். இச்சிறுகதைகள் 1983 ஆம் ஆண்டு தொடங்கி 2007 ஆம் ஆண்டு வரையிலான 25 ஆண்டுகளில் வெளிவந்தவை.

குறிப்பாய் நான் எழுதிய 22 புத்தகங்களில் 10 புத்தகங்கள் சிறுகதைத் தொகுப்புகள், அவற்றிலிருந்து தேர்வு செய்யப்பட்டவைதான் இத்தொகுப்பு.

இத்தொகுப்பு மூன்று ஆண்டுகளுக்கு முன்பே வர வேண்டியத் தொகுப்பாகும். கொரோனா காலகட்டத்தில் என்னையும் அது உலுக்கிவிட்டது. அவற்றிலிருந்த மீளவே இத்தனை காலங்கள் ஆகிவிட்டது. என்னால் தொகுத்துத் தரவும் பிழை நீக்கம் செய்து தரவும் இயலவில்லை.

'நந்தனார் தெரு மற்றும் சில கதைகள்' எனும் இச்சிறுகதைத் தொகுப்பு வெளிவரும் தருணத்தில் பலரை என்னால் மறக்க முடியாது. பேரா. கவிஞர் பழமலய், பேரா. கல்யாணி, எழுத்தாளர் சூரியதீபன், பேரா. உலோகியா, பேரா. இரகமத்துல்லா கான், பேரா. அ. மார்க்ஸ், பேரா. கோ. கேசவன், பேரா. முனைவர் சற்குணம், துரை. ரவிக்குமார், ஞான சூரியன், பாலு, கவிஞர் அன்பாதவன், இரவி கார்த்திகேயன், சந்திரசேகர், இரா. இராமமூர்த்தி, ... உள்பட பலர் ஊக்கம் தந்திருக்கிறார்கள். நான் சார்ந்திருந்த 'நெம்புகோல்' மக்கள் கலை இலக்கிய இயக்கம் எனும் அமைப்பும் என் எழுத்துகளுக்கு பெரிதும் விமர்சனப்பூர்வமாக உதவியிருக்கின்றன. அதே போன்று நூற்றுக்கணக்கான சிற்றிதழ்களில் என் கதை, கவிதை, கட்டுரைகளின் பதிவுகள் மேலும் மேலும் எனக்கு ஊக்கம் தந்துள்ளன.

இத்தொகுப்பு வெளிவர பலரும் உதவியிருக்கிறார்கள். அச்சு அமைப்பு ஓவியம் வடிவாக்கத்தில் செம்மைப்படுத்திய பலருக்கும் மற்றும் கவிஞர் மதிவண்ணன், தொகுப்பை சிறப்புற வெளியிடும் தோழர் 'கருப்புப் பிரதிகள்' நீலகண்டன் அவர்களுக்கும், கதைகளை வெளியிட்ட பல்வேறு இதழ்களுக்கும் எனது நன்றிகள் தொடர்ந்து பயணிக்கின்றன.

16.9.2022

– விழி.பா. இதயவேந்தன்,
140/2, இராமு அம்பாள் தெரு,
நித்தியானந்தம் நகர்
வழுதரெட்டி கி.அ.நி.
விழுப்புரம் – 605 401.
97896 82101

நந்தனார் தெரு

இரவு நேரங்களில் அந்தப்பக்கம் சுத்தமாக விளக்கு வெளிச்சமே இருக்காது. அங்கே எரியும் விளக்குகள் மட்டும் தீப்பொறி போலத் தெரியும். அதை அடையாளம் வைத்துத்தான் இரவு நேரத்தில் ‘காலைக்கடன்’ போக முடியும். நெளிந்து கூர்மையற்ற கற்கள் மண்பாதையில் பிடுங்கிக் கொண்டிருக்கும். இவற்றுக்கும் இடையில் கண்ணு மண்ணு தெரியாமல் நினைத்த இடத்தில் வேறு நாறிக் கிடக்கும். குடலைப் புரட்டிக் கொண்டு வரும் துர்நாற்றத்தை மிஞ்சிதான் காலைக்கடன் நடக்கும். பார்ப்பதற்கு வழிக் கூடச் சரிவரத் தெரியாமல் கழிந்தும், காலில் மிதித்ததை ஆங்காங்கே தேய்த்தும் வழி நெடுக்க அகோரமாய் இருக்கும். வெறி நாய்க்கன் தோப்பு வழியாகச் செல்வோர் எல்லாம் சுத்தமாகப் போய்ச் சேர்ந்து விடமுடியாது. கட்டை வண்டி போகிற அளவுக்கு மட்டுமே நடைபாதை.

அந்தப் பகுதியில் முன்னொரு காலத்தில் வெறி நாயக்கன் என்று ஒருவன். அவன் திடீரென மாரடைப்பால் செத்து விட அந்தச் சொத்து பல வருடங்களாக வழக்கில் இருந்து வருகிறது. சொத்தை யாரும் அனுபவிக்க முடியாமல் இப்போது சொத்து முழுவதும் வெறும் புல் புதர்.

இருபுறமும் முள் செடிகள், எருக்கஞ்செடிகள், ஊமத்தஞ் செடிகள், தும்பைச் செடிகள். ஒவ்வொன்றும் ஒவ்வொரு விதத்தில் மனிதருக்குப் பாதுகாப்பாய் இருக்கும். இவற்றைத் தாண்டித்தான் தெருவிற்குள் போக முடியும்.

நந்தனார் தெரு வழக்கத்துக்கு மாறாக அன்று களேபரமாய் இருந்தது.

‘கொழுப்பு’ வீட்டுப்பசங்கள் குப்புசாமி மகனைச் சேர்ந்து அடித்துவிட்டனர். பேச்சு வார்த்தை மும்முரமாய் இருந்தது. கொஞ்சம் தள்ளி செவிடன், கடுவு, தொம்பச்சி, தொள்ளக்காது, தோலான்... என்று தொடர்ந்து வீடுகள்.

கூப்பிடுவதற்கு எளிமையாக இருந்ததோ என்னவோ ஒவ்வொருவருக்கும் இயற்பெயரைவிடப் புனைபெயர்களே வழக்கில் இருக்கும். பெயர்கள் ஒவ்வொன்றும் அவரவர் செயல்களுக்குப் பின்னால் அர்த்தம் பெற்றிருக்கும்.

தெருவில் வயசான பொம்பளைகள் பிழைப்பு தேடி ஓடாமல் வீட்டின் முன்னாலேயே வைத்திருக்கும் ஏதாவது ஒரு கடை. இட்லி, தோசை சுட்டு விற்பனை; போண்டா, வடை, முறுக்கு, அப்பளம் பொரித்து வியாபாரம். சின்னப் பசங்கள் அரிசி உருண்டை வாங்கித் தின்னவும், அழுகிய பழங்களை வாங்கித் தின்னவும் கரும்பைக் கடித்துக் கடாசுவதுமாகத் தெரு.

மூட்டை தூக்கப் போனவர்கள், ரிக்ஷா இழுத்து விட்டு வந்தவர்கள், ஓலபள்ளன் பொண்டாட்டியிடம் சோறும் கறியும் வாங்கிச் சாப்பிடுவார்கள்.

நந்தனார் தெரு முன்பு போல் இல்லை. மக்கள் தொகை பெருகிவிட்டது. டவுனில் மெயின் இடத்தைத் தொடும் அளவிற்கு வளர்ந்துவிட்டது. சனங்கள் மூட்டைத் தூக்கவும், கொய்யாப்பழம், வாழைப்பழம் விற்கவும் கூலி வேலை செய்வதுமாக அலைந்து கொண்டிருப்பார்கள்.

தெருவின் கடைசியில் மெயின் ரோட்டை ஒட்டினாற் போல் பெரிய கல்லு வீடு.

கூடைப்பாக்கத்தான் வீடு; ‘தலைவர் வீடு’. பத்து வருசத்திற்கு முன்பு ஒரு முறை, காய்கறி மார்க்கெட்டில் காய்கறி கொடுக்கும் போது தெரு பெண்ணின் கையைப் பிடித்து இழுத்துவிட்டதாக வழக்கு வந்தது. வழக்கைக் கேட்கப் போய்க் கடைசியில் பத்துப் பதினைந்து கொலையில் முடிந்தது. தெரு உள்விவகாரங்களில் மட்டுமில்லை; ஊர் விவகாரங்களும் இவன் கவனத்துக்கு வரும். வியாபார ரீதியில் ஒருவருக்கொருவர் மனக்கஷ்டம் என்றால் கூட இவன் பார்வைக்கு எட்டும். தன்னிடம் உள்ள அடியாட்கள்

நாலு பேரை அனுப்பிப் பஞ்சாயத்து நடக்கும். காதும் காதும் கடித்தாற் போல சிறுசிறு தொகையுடன் பிரச்சனை முடியும்.

நிலம், வீடு தகராறு என்றால் கொள்ளைக் காசு. இவையெல்லாம் தலைவரிடம் போய் சேரும். தலைவர் பிறந்து வளர்ந்ததுதான் நந்தனார் தெரு; இப்போது குடியிருப்பதோ அக்ரஹாரத்தில். அக்ரஹாரத்தில் குடியிருப்போர் எல்லாம் முகத்தைச் சுளித்துக் கொண்டு எச்சில் துப்பிக் கொண்டும்தான் 'தலைவர்' வீட்டைத் தாண்டிச் செல்கிறார்கள். இவற்றுக்குப் பின்னால் அர்த்தம் இருந்தது. நந்தனார் தெருச் சனங்கள் மற்றும் சொந்த பந்தங்கள் என்று பலர் வருவதும் போவதுமாகத்தான் இருப்பார்கள். ஒன்றும் கேட்க முடியாது. அரசியல்வாதிகளின் வீடு போல் இருக்கும். பல வழிகளில் சேர்த்த சொத்து 'தலைவருக்கு' இப்போது பங்களாவாகி நிற்கிறது. கார், லாரி என ஓடுகிறது.

அன்றும் அப்படித்தான் 'கூடைப்பாக்கத்தான் வகையறா' வீட்டில் 'பஞ்சாயத்து' புதிதாய் வந்திருந்தது. இருசப்பன் வீட்டு மகள் கருப்பாயி வெறி நாயக்கன் தோப்பில் வழக்கம் போல் முள்ளு செடி அருகே (ஒதுங்கப்) போன போது சின்னசாமி மகன் குப்பன் கல்லை விட்டு எறிந்ததாகப் பிரச்சனை. இது மாதிரி ஆயிரம் முறை வந்திருக்கிறது. இதுவொன்றும் புதிதான விசயமில்லை.

கூடைப்பாக்கத்தான் ரெண்டு பேரையும் கூப்பிட்டு நியாயம் கற்பித்துப் "பீத்தின்ன பசங்களா, இருக்கிற எடுத்துல ஒழுங்கா இருக்க முடியல பொம்பளய வேற கல்லால அடிக்கிறானாம்" என்று குப்பனை நாலு அறை விட்டுத் துரத்தியதோடு அன்றைய பஞ்சாயத்து முடிந்தது.

நந்தனார் தெருவுக்கென்று பேருக்கு ஒரேயொரு குளியலறை. கூடவே ஒரு கழிவறை. இரண்டும் தனித்தனியே இருக்காது. ஒரேயொரு மதில் தடுப்புடன் சேர்ந்தாற்போல்தான் இருக்கும். அந்தக் காலத்தில் நகராட்சி இதைப் பேருக்காகக் கட்டி வைத்திருந்தது.

இப்போதெல்லாம் அங்கே குளிக்க முடியாது. உபாதை கழிக்கவும் முடியாது. ஏற்கெனவே நாறிக் கிடக்கும்.

ஆயிரம்தான் நாறிக்கிடந்தாலும், புழு நெளிந்தாலும் நகராட்சியைச் சேர்ந்த புட்லாயி வாரித்தான் ஆக வேண்டும். புட்லாயி இரண்டு நாள் வராவிட்டால் பகுதியே நாறிவிடும். அப்படி நந்தனார் தெரு முழுக்கப் புட்லாயியை நம்பியும் இல்லை. வெறிநாயக்கன் தோப்புதான் ஆஸ்தான கழிவிடம் ஆகிவிட்டதே.

நந்தனார் தெருவில் மார்த்தாண்டன் என்றொரு நபர். தெருவில் உள்ள பெரியவர்களை வைத்துக் கொண்டு கூடைப்பாக்கத்தான் 'வகையறா' வீட்டிற்கும், தலைவர் வீட்டிற்கும் நகராட்சிக்குமாக பல வருடங்களாக நடந்து நடந்து கால் தேய்ந்தது. நகராட்சியில் விண்ணப்பம் மேல் விண்ணப்பம் குவிந்தது. புதிதாய்ப் பெரிய அளவில் குளியல் அறை, மலக் கழிப்பிடம் வந்ததாக இல்லை.

கூடைப்பாக்கத்தான் தலைவரிடம் சொன்னதாகவும், தலைவர் நகராட்சி ஆணையரிடம் சொன்னதாகவும், அவருக்கு நண்பரான ஆளுங்கட்சி எம்.எல்.ஏ.விடம் சொல்லி நடவடிக்கை எடுக்க விருப்பதாகத் தலைவர் ஒரு நாள் மார்த்தாண்டனைக் கூப்பிட்டுச் சொன்னார்.

சனங்களுக்கெல்லாம் சந்தோசமாய் இருந்தது. சொன்னாற்போல் நகராட்சி இயக்குநரிடம் இதுபற்றிச் சொல்லி ஒரு முறை நந்தனார் தெருவிற்கு இயக்குநரை அழைத்து வந்து தெரு, துப்புரவு சீர்கேடால் படும் அவலங்களை எடுத்துக் காட்டினார். இயக்குநர் வருகைக்கும், எம்.எல்.ஏ. வருகைக்கும், "துப்புரவு நாயகனே! எங்கள் தலைவனே! கரம் சேர்த்து வருக! கருணை பொழிக!" என்று வண்ணச் சுவரொட்டிகளை ஊர் முழுவதும் ஒட்டி தமது மதிப்பைத் தெரிவித்துக் கொண்டார்.

இயக்குநர் எல்லா இடங்களையும் பார்வையிட்டு உள்ளூர் நகராட்சி ஆணையரிடம் இங்கு பைப் போட வேண்டும்; அங்குக் கக்கூஸ் பாத்ரூம் கட்ட வேண்டும்; வாய்க்காலை இப்படிக் கட்ட வேண்டும்... என்றெல்லாம் சொல்லிப் போனார்.

மார்த்தாண்டனுக்கு மட்டுமில்லை. தெருச் சனங்களுக்கும் இதுவெல்லாம் வெறும் கண்துடைப்பாகப் பட்டது. தலைவர் தன் சனங்களுக்கு ஏதோ செய்வதாகக் காட்டிக் கொண்டார். அவருக்கு ஆளுங்கட்சி, உள்ளூர்ப் பிரமுகர்கள்... என்று மதிப்பும், கவுரமும் தேவையாய் இருக்கிறது. தலைவருக்குப்

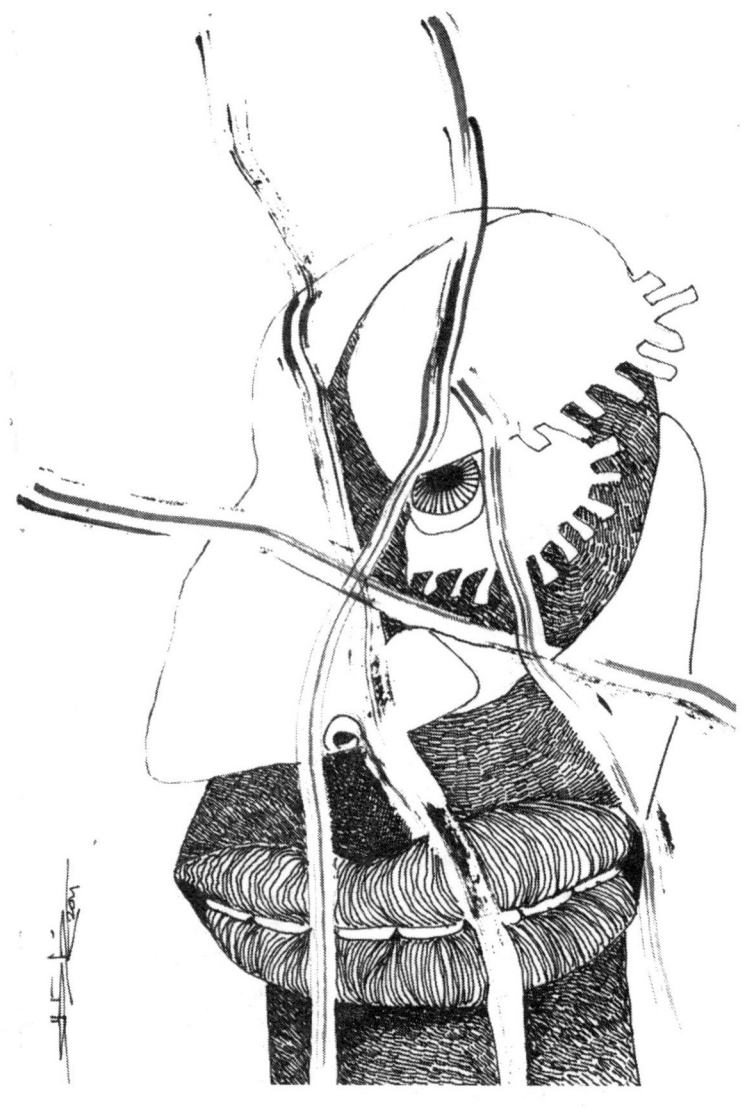

பல காண்ட்ராக்டுகள் கிடைக்கும். பலருக்கு வேலை, படிப்பு என்று சிபாரிசு செய்யலாம்.

அதிகாரிகள், தலைவர்கள் பேச்சுவார்த்தை எல்லாம் ஏட்டில் வெறும் செய்தியாக மட்டுமே நின்றது. நந்தனார் தெருவிற்குத் தீர்வு வந்த பாடில்லை.

அதிகாரி வருவதற்காக நாற்பது ஐம்பது ஆட்களைக் கொண்டு சுத்தம் செய்த பகுதி மீண்டும் குப்பை, மலக் கழிப்பிடங்களானது. சிறு பிள்ளைகள் தடுக்க முடியாமல் ஆங்காங்கே வீட்டைச் சுற்றி இருந்து வைத்தலும் உள்ள சூழ்நிலையை நினைத்தால் மனம் ஒப்பாது. எல்லாம் சகித்துக் கொண்டுதான் எந்தக் காரியமும் நடக்க வேண்டியிருக்கும்.

“என்ன இருந்தாலும் இந்த கெவர்மெண்டு இப்படி இருக்கக் கூடாது, குட்டிச் சுவராய்ப் போக...”

“‘சோத்தையும்’, ‘அத்தையும்’ இன்னும் எத்தனை நாளைக்கு ஒன்னா வெச்சுத் தின்றது...”

“சேச்சே, மோசம், இந்த அதிகாரிங்க. ஒன்னும் செய்யாம இன்னா அக்கிரமம் பண்றாணுங்க?”

இப்படி தெனமும் ஆயிரத்தெட்டு வசைகள். இன்னும் கொச்சையாய் அழுத்தம் திருத்தமாய்ச் சனங்களிடமிருந்து வரும்.

ஒரு நாள் சனங்களின் ஒத்துழைப்போடு மார்த்தாண்டன் ஒரு தீர்மானத்திற்கு வந்தான். இனியெல்லாம் எழுதி எழுதிக் கேட்க வேண்டியதில்லை. தலைவர் அவர் இவர் என்றெல்லாம் எதிர்பார்த்தால் காரியம் நடக்காது என்று எல்லார்க்கும் புரிந்தது.

மறுநாள் நகராட்சி ஆணையர் வழக்கம் போல் தமது அலுவலகத்திற்கு வந்தார்.

வாசலில் ஒரே கும்பல், சிப்பந்திகள் யாரும் அலுவலகம் உள்ளே செல்லவில்லை. இன்னிக்கு எதுவும் ஸ்டிரைக்காக இருக்குமோ என்று கருதினார். அப்படியிருந்தாலும் முன் அறிவிப்பு கொடுத்திருப்பார்களே என்ற ஐயம்.

மேனேஜரைப் பார்த்து "என்ன, எல்லாம் நின்னுட்டீங்க" என்று நெருங்கி வந்து கேட்டார்.

வாயில் கைக்குட்டையை வைத்தபடி அவர் வெறும் கையால் மட்டுமே சுட்டிக் காட்டினார்.

'நியாயம் கெட்ட நகராட்சி நிர்வாகமே,
நியாயம் கேட்கும் மக்களுக்கு நீதி வழங்கு!
இந்த நிலை தொடர வேண்டுமா?
- நந்தனார் தெரு'

என்று ஒரு பலகை தெரிந்தது.

நகராட்சி ஆணையரின் வாசற்படியருகே நிறைய இடங்களில் மலம் கழித்து வைக்கப்பட்டிருந்தது. எல்லோரும் ஏதோ ஒரு துக்க நிகழ்ச்சிக்கு வந்தவர்கள் போல் முகத்தைச் சுளித்துக் கொண்டும் எச்சில் துப்பிக் கொண்டும் மவுனமாய் வெளியே நின்றிருந்தார்கள். சற்று நேரத்தில் போலீஸ், பத்திரிகையாளர்கள், உள்ளூர்ப் பிரமுகர்கள், எம்.எல்.ஏ., கூடைப்பாக்கத்தான் என்று எல்லோரும் கூடிவிட்டனர்.

தலைவருக்கும் கூடைப்பாக்கத்தானுக்கும் இச் சம்பவம் பெரிய அவமானமாகப்பட்டது.

சனங்களுக்குள் சின்ன சந்தோசம் துளிர்விட ஆரம்பித்தது.

□ மன ஓசை

வதைபடும் வாழ்வு

"நான் அவனுக்கு சொந்தக்காரனாய்ப் பொறந்தது என் தப்பா; அவன் அப்பா பெத்துப்போட்டு இப்படி வளத்துட்டான். இப்ப அவன் அவனுக்கு மீச மொளச்சுப் போயிடுச்சி. வொடம்புல தைரியம் பொறந்திருச்சி. எப்படியும் வாழலாம் இன்றதோட இப்படித்தான் வாழனும்னு முடிவு பண்றானுங்க அது என் தப்பா; நீயே சொல்லுக்கா, இவனுங்களால எனக்கு என்ன பிரயோஜனம். அஞ்சோ பத்தோ உண்டா, இல்ல தம்பி தங்கச்சிக்கு வேல வாங்கிக் குடுத்திருப்பானுங்களா. இவனுங்கள நம்பியா நான் பொழைக்கிறேன், நான் உண்டு என் பொழப்பு உண்டுன்னு நான் கெடக்குறேன்..."

வள்ளி தன் நெஞ்சில் கிடந்த அத்துணை ஆத்திரத்தையும் எடுத்துக் கொட்டினாள். சாம்பாத்தாள் சுற்றும் முற்றும் பயந்தவாறு ஒரு கடையோரமாக மறைவில் நின்று விசாரித்துக் கொண்டிருந்தாள்.

வள்ளிக்கு உடம்பில் உயிர் மட்டும் தான் இருப்பதாகத் தோன்றும். அவள் காய்ந்த வெற்றிலை மாதிரி வதங்கிப் போயிருந்தாள். அவளது பரட்டைக்கோலம் அவளது வறுமையின் அழகைக்கூட சிதைத்திருந்தது.

கருத்து வெளுத்துப்போன முகத்தில் செங்கல் சூளை மாதிரி பற்கள். காவி நிறப்புடவை அழுக்கேறி அழுத்தமாக இருந்தது.

"சொல்லுக்கா, ஏன் பேசாம இருக்க, இவனுங்களால நான் ஏன் இப்படி அலையணும்; நாங்க எங்கயோ என் குடும்பத்த நெனச்சு காலத்த ஓட்றோம், ஊருல இன்னாடான்னா வெட்டிருவம் குத்திருவம்றான்..."

"ஏய் பேசாம இருடி, போலீஸ் ஜீப்பும் வேனும் தெருவுக்குள்ள போவுது."

இருவரும் மூடிய அந்தக் கடை ஓரமாக நின்று கொட்டகைக்கு வெளியில எட்டிப் பார்த்தார்கள். தொடர்ந்து நாலைந்து ஜீப்புகளும் வேனும் போவதும் தெரிந்தது.

பஸ் நிலையம் வெறிச்சோடியிருந்தது. கடைகள் மூடப்பட்டு இருந்தன. கும்பல் கும்பலாய் இருக்கும் மனித நடமாட்டம் இப்போது விரல்விட்டு எண்ணிவிடும் நிலையிலிருந்தது. தனுஷ்கோடியில் புயல் அடித்து போட்ட மாதிரியும், இலங்கையில் படுகொலை செய்யப்பட்ட மாதிரியும், அஸ்ஸாமில் வெள்ளம் புகுந்துவிட்ட மாதிரியுமான அமைதி அங்கே நிலவிக் கொண்டிருந்தது!

திடீரென ஒரு போலிசுக் கூட்டம் தெருவிலிருந்து ஓடி வந்தது. ரோட்டை நெருங்கி சுற்றும் முற்றும் பார்த்தது. யாரையோ தேடுவது போலத் தேடிவிட்டுத் திரும்பத் தெருவினுள் நுழைந்தது. வள்ளிக்கு இன்னும் பயம் அதிகமானது. அவள் சாம்பாத்தாளிடம் சொல்லி விட்டு கிளம்பத் தயாரானாள். அவள் இப்ப வேணாம் அப்புறம் போகலாம் என்று தடுத்து நிறுத்தினாள்.

“இப்படித்தாண்டி ஒரு வாரமா கெடக்கு நெலம” சாம்பாத்தாள் தாழ்ந்த குரலில் ஒலித்தாள்.

“ஏங்க்கா, இது எத்தனை நாளைக்கு ஆவும், இப்படி ஊர்காலி மாடு மாதிரி பெத்து போட்டு பொறுக்கிகள உருவாக்கியிருக்கானே அவன அடிக்கணும்கா செருப்பாலா”.

“யாரடி”

“அதான்கா என் மாமன் தேவநாதன்தான்”

“அவருக்கின்னா கொறைச்சல்; கட்சியில் செல்வாக்கு. ஊரு பூரா தொழில் நடக்குது. காரு லாரி ஓடுது. கைய அமுக்க, கால அமுக்க, தலயப் புடிக்க, வெத வெதமா ஊரு பூராப் பொண்டாட்டி”.

“எப்படிக்கா முன்னுக்கு வந்தான்”.

“குறுக்கு வழியிலதான்”.

“என்னயிருந்தாலும் உன் சொந்த மாமன்தான், நீ ஏளனமாப் பேசாதே”.

“அட நீ ஒன்னுக்கா, நியாயம்னா எல்லாம் ஒன்னு தான்கா. இப்ப இவனால ஊரு ரெண்டுபட்டுக் கிடக்குதே ஏன். இப்படி நாங்க இவனோட சொந்தமின்னுட்டு தெசமாறிக் கெடக்கிறோமே ஏன். இவனுங்களால நம்ம சேரில ஒருத்தனும் பொழைப்பு நடத்த முடியாம கெடக்குறாங்களே ஏன், யாரால சொல்லுக்கா பாப்பம்”.

வள்ளி தேம்பித்தேம்பி அழுது முந்தானையால் துடைத்தாள். மாலைப் பொழுது. ஒன்றிரண்டு லாரிகள் அந்த வழியே போய்க் கொண்டிருந்தது. சாம்பாத்தாள் எட்டிப் பார்த்தாள்.

“ஏண்டி இன்னிக்கு நேத்தா இப்படி பார்க்குறது. சொல்லு பாப்பம். ஏற்கனவே சாதி கலவரத்துல பாக்குல. மாசக் கணக்குல; நாம தவியா தவிக்கல. கலவரத்த தூண்டிவிட்டதும் இல்லாம, அரசாங்கம் எந்த வொதவியும் செய்யாம வேடிக்க பாத்து நிக்கல. பாதுகாப்பு பாதுகாப்புன்னுட்டு போலிசு குவிச்சு பயமுறுத்தி வெச்சாங்களே அது கூடவா ஞாபகமில்ல; நம்ம சொந்தக்காரங்க செயிலுக்கு போன அப்பவும், செத்த அப்பவும், நாம வயித்துல ஈரத்துணியப் போட்டுக்கல”.

“ஏன்கா, பத்து வருசத்துக்கு முன்னாடி அது ஊருக்கும் நமக்கும் சண்ட நடந்திச்சு. ஆனா இப்போ நாமளே தான் அடிச்சிக்கிறோம்.”

“வெவரங் கெட்டவடி நீ வாத்தியாரு மவள்னு வேறு பேரு. ஒன்னும் தெரியாம பேசுற. வேற சாதிக்கும் நம்ம சாதிக்கும் சண்ட நடந்தாலும் சரி, இப்ப நமக்குள்ளயே அடிச்சுக்கிறதும் சரி, இது நாமளே செஞ்சிக்கிறதில்ல. ஊருக்குள்ள இருக்கிற அரசியல்வாதிங்க, பெரிய்ய சாதிக்காரங்க வேலைன்னு சொல்லிக்கிறாங்க. போலீஸ்காரங்க கூட பேசினாங்க. நானும் யோசனைப் பண்ணிப் பார்த்தேன். சொல்றது சரிதாண்டி. ஒவ்வொரு தகராறுக்கும் தோண்டி ஆராஞ்சிப் பார்த்தா வெளிச் சாதிக்காரங்கதான் வர்றாங்க. அப்பாவும் அதான் சொல்றாரு”.

“ஏங்க்கா, அப்படீன்னு தெரிஞ்சா போலீசு உடனே கைது பண்ணிடுமே”.

“அதாண்டி அரசியல் செல்வாக்கு. உன் மாமன் மட்டும் ஏன் அரசியல்ல இருக்காரு. எல்லாத் தப்பும் பண்ணிட்டு போலிசுக்கு லஞ்சம் கொடுத்திடலாம். மீறிப் போனா அரசியல் தலைவருங்க வருவாங்க. அதனாலதான் உன் மாமன் சாராயம் விக்க முடியுது; பொண்ணுங்கள வெச்சி லாட்ஜ் நடத்தி சம்பாதிக்க முடியுது”.

“நீ சொல்றது எனக்குக் கொழப்பமா இருக்குக்கா...”.

“சரி... நீ சாப்டியாடி...”

“இல்லக்கா, காலைல அப்பபடியே வெறும் வயித்தோடக் கிளம்பினேன். பஸ் ஊருக்கு வெளியே நின்னுடுச்சு. அங்கிருந்து வர்றதுக்குள்ளே காலு போயிடுச்சு, மறைஞ்சு மறைஞ்சு இங்க வந்தேன். நீ ரோட்டுக்கு வந்ததும் நல்லதாப் போச்சு”.

“சரி நான் போய் சாப்பாடு கொண்டாறேன். நீ இங்கேயே இரு”.

“அப்பிடியே எங்கவூட்ல, பொட்டீல பொடவ ஜாக்கெட் ஒன்னு கெடக்கும் எடுத்து வாக்கா; நான் உள்ளே போக முடியாது”.

“சரி சரி எடுத்தார்றேன்”.

“இரு இப்ப போவாத, போலிஸ் வேனும் ஜீப்பும் போயிருக்கு அவனுங்க இன்னா கலாட்டா பண்றானுங்களோ தெருவுல”

“கொஞ்ச நேரம் கழிச்சுப் போறேன்”.

“பசங்க எல்லாம் எங்க இருக்கு”.

“வெள்ளையனைக் கொன்னுட்டாங்கன்னு கேள்விப்பட்டது தான்கா. நான் பஸ் ஸ்டாண்ட்ல வித்த கொய்யாப் பழத்தப் பக்கத்துல முனியம்மாள்ட குடுத்துட்டு தங்கச்சியக் கூட்டுக்கிட்டுப் பண்ருட்டி பெரியக்கா வீட்டுக்கு ஏறிட்டேன்”.

“அப்ப அவுங்க ரெண்டு பேரும் அங்கதான் இருங்காங்களா”.

“ம்”.

“தம்பி ராஜீ எங்க போனான்?”

“பெரிய செவல தங்கச்சி ஊட்ல இருக்கான். நான் தான் இப்டி சுத்திச் சுத்தி வர்றேன். என்னிக்குத்தான் விடிவு பொறக்குமோ தெரில. இந்த ஊருக்காரங்க பண்ற இம்சையால... இப்படி... ஆமா ஏங்க்கா ஊருக்காரங்க நம்மகிட்ட வர்றாங்க. நம்ம இன்னா அவனுங்க சோத்துல மண்ண அள்ளியாப் போடுறோம். ஜென்மத்த செருப்பால அடிச்சு உழைக்கல நாம? இவனுங்களதையாப் புடுங்கிக்கிறோம், சோறு தின்றாங்களா பீத்துன்றாங்களா...”

“அதாண்டி உலகம், நாம் இதுக்குமேல முன்னேறக் கூடாதுன்னு எண்ணம். அதுக்கு மறைவா நம்மளப் பயன்படுத்திக்கிட்டு பலகாரியங்கள் முடிச்சக்கிட்டு, ஊரோட மோதுற நெலம போயி, இப்ப நமக்குள்ள அடிச்சுக்குற நெலம இங்க மட்டும் இல்ல, எல்லா எடத்திலேயும் இருக்குது தெரிமா”.

வள்ளி இடுப்பிலிருந்து சிறு பையை எடுத்துப் பிரித்தாள். வெற்றிலையை இழுத்து ஒரு பாக்கைத் தடவி எடுத்து சுண்ணாம்பைத் தடவி வாயில் வைத்துக் குழைத்தாள். சற்று நேரத்தில் பழுத்த இரும்புத்துண்டு போல வாய் சிவக்கத் தொடங்கியது. சாம்பாத்தாள் மீண்டும் கடை மறைவிலிருந்து ரோட்டை வெறித்து நின்றாள்.

“இவனுங்கள செருப்பால அடிக்கணும்கா, இவனுங்க ஏன் அவன் கிட்டப் போறானுங்க”.

“யார சொல்றடி”.

“வெட்டனவுனும் சரி, வெட்டி செத்தவனும் சரி இவனுங்க கொழுத்துப் போய் அலையுறானுங்க”.

“பண ஆசை யார உட்டுது. சொல்லு பாப்பம். இவ்ளோ பெரிய சேரில, உன் மாமன்தான் வசதிக்காரன். அதுக்கு அடுத்தபடியாக வெள்ளையன். அதிலும் வெள்ளையன் திடீர் பணக்காரன் ஆனதுதான் ஊரு பூரா காரிமுய்யுது. பொச்சரிப்பு பொறாமை அதிகாமாப் போச்சு”.

“அப்படியா”

"பின்ன, சாகுல் பாய்க்கு அரிசி மில்லுல திருட்டு மூட்ட கடத்துரதுக்கு வெள்ளையன் தான் ஆளு அனுப்பினான். ரெண்டு நாளைக்கு ஒரு தரம் லாரில ஆளு போவும்".

"ம்ஹூம், இதெல்லாம் யாருக்கா பாத்தா".

"அப்புறம், ஊர்ல மினிஸ்டருகிட்ட சப்போட்டா இருந்து பேங்குல டைரக்டரா ஆனான். அப்புறம் ஊர்ல எங்க தகராறு நடந்தாலும் சரிதான்; சொந்த தகராறு ஆனாலும் சரிதான், இவன் தலையிட்டு ரெண்டு பக்கமும் காசு சம்பாரிச்சான். லாரி வாங்கினான். இன்னும் பல அக்கிரமம் பண்ணி செத்துப் போனான். இப்ப இவங்கள உட்டா அப்புறம் சேரில ஒரு முப்பது பேரு அரசாங்கத்துல வேல பாக்குறவங்க. மத்தவன்லாம் எங்க கூலிப் பொழப்பப் பாத்திட்டு இவனுங்களுக்கு அடியாளா இருக்கத்தான் முடியுது. ஒருத்தன் ஒருத்தன் நான் பெரியவன் நீ பெரியவன்னு போட்டி, கடைசில இப்படி உயிர உடுறான்".

"தோ பாரு பஸ் ஸ்டாண்டுலயும் மார்க்கெட்டுலேயும் நாம எவ்ளோ பேரு கொய்யாப்பழம், வாழப்பழம், மாம்பழம், பேரிக்கா, சோளம்னு... இப்டி வித்தோம். எவ்ளோ பேரு மூட்ட தூக்கினோம். இப்பப்பாரு எப்டி ஊரு வெறிச்சோடி கெடக்குது".

அவள் மீண்டும் ஒருமுறை ரோட்டை வெறித்து சுற்றும் முற்றும் பார்த்தாள்.

"தெருவுல உங்க சொந்தக்காரங்க யாரும் இல்லடி. பாதி பேருக்கு மேல வெளில ஓடிப் போயிட்டாங்க. யாராயிருந்தாலும் வெட்டறதா அலையிறான் அந்த வெள்ளையன் மவன். நாங்க பொழைப்பு நடத்த முடியாம ஏதோ வூட்ல ஒண்டிக் கெடக்கிறோம். ஊடெல்லாம் பிச்சிப் போட்டுட்டான். கதவு பாத்திரமெல்லாம் வொடஞ்சு கெடக்குது".

"என் ஊடு கூடமா".

"ஆமா"

"நாங்க இன்னாக்கா இவனுங்களப் பண்ணோம்"

“அட நீ ஒன்னு, உன் மாமன் மவன் பண்ண ஒரு கொலையால, தெருவுல எத்தன கொலை உழுமோத் தெரியல”.

“போலிசு இன்னா மயிறாப் புடுங்குது”.

“மனசில வைராக்யம் ஒன்னு மனுசனுக்கு இருந்தா போலிசு இன்னாடி, ராணுவமே வந்தாக்கூட ஒன்னும் புடுங்க முடியாது தெரிமா”

“ஆமா, ஏன்தான் அன்னிக்குன்னுப் பாத்து தகராறு ஆச்சி”.

“ஏன்டி உனக்குத் தெரியாதா, ஏற்கனவே தெருவுல சாராயம் விக்ககுள்ள தகராறு. பஞ்சாயத்து பண்றதுல தகராறு. அப்புறம் எலக்ஷன் தகராறு இப்படி எல்லாம் சேந்து ஆளுக்கு ஆளு நாட்டாண்மை யாவணும்னு பாக்குறான். இப்ப ஒன்னா ஒரே நாள்ல கத முடிஞ்சது”.

“வெள்ளையன் அதே எடத்துல செத்துட்டாரா”

“இல்லடி, தெனமும் காலைல மோட்டாரு பைக்குல போய் காப்பி குடிப்பார்ல”.

“ம், ஆமா”

“குடிச்சிட்டு ஓட்டல் வெளியில ஒக்காந்து பேப்பர் படிச்சாரு. உன் மாமன் மவன் நாலு பேரோட திடீர்னு கார்ல வந்து எறங்கினான். ஈட்டி மாதிரி ஒரு கத்தி எடுத்து ஒரு சொருவுதான். வெள்ளையன் மோட்டார்லேயே ஒரு கத்தி எப்பவும் இருக்கும். அது எடுக்க முடியாம மெயின் ரோட்ல ஓடுனாரு. ஒரு ஓட்டல் சப்ளையரு தடுக்க வந்து அவனும் அதே எடத்துல பொணம். வெள்ளையன் கொஞ்ச தூரம்தா ஓட முடிஞ்சிது, மாறி மாறி வெட்டிட்டுப் போனாங்க. வெள்ளையனைப் பாண்டி பெரிய ஆஸ்பத்திரிக்குத் தூக்கிப் போனாங்க. அதுக்கு முன்னாடியே செத்துட்டான்”.

“பாவத்துக்குப் பரிகாரம் தேடிக்கிட்டான், என் மாமன் கும்பலுக்கு இதான்கா என்னிக்கா இருந்தாலும் முடிவு”.

“இவரு செத்ததால ஊர்ல எவ்வளோ பேரு சந்தோசப் படுவாங்க தெரியுமா வள்ளி”.

“இப்ப நம்ப வாழ்க்க இல்லக்கா நடுத் தெருவுல கெடக்குது; இருக்கப்பட்டவங்களாயிருந்தாப் பரவாயில்ல, நம்மள மாதிரி வெந்ததத் தின்னு விதி வந்தா சாவற குடும்பம் எப்டிக்கா போவும். இவனுங்க இப்பிடி வெறி புடிச்சி அலைஞ்சா எப்படி திரும்ப என்னிக்கு நான் பழம் விப்பேன். தண்டல்காரன் கடன் எப்பிடி அடைப்பேன். தங்கச்சி தம்பிக்கு எப்பிடி சோறு போடுவேன். இன்னும் எவ்ளோ நாளைக்கு நான் அறுத்திட்டவ இப்படி ஊரு ஊரா அலைவேன்...”

“சரி சரி... பொலம்பாத, உனக்கு மட்டுமா பிரச்சின; தெருவுல இருக்குற எனக்கும்தான் பிரச்சன. இன்னும் எவ்ளோ பேரு தெருவ விட்டுப் போனாங்க. அவுங்கல்லாம் என்ன செய்வாங்க யோசிச்சுப்பாரு... ஏய் தெருவுலேர்ந்து வேன் திரும்பி வர்ற மாதிரி இருக்குது.”

இருவரும் எழுந்து பார்த்தார்கள். தெருவிலிருந்து பஸ் நிலைய மெயின் ரோட்டை வந்தடைந்து இவர்கள் பக்கம் திரும்பிச் சென்றது.

“சரி சரி நான் போய் உனக்கு டிபன்ல சோறு கொண்டாறேன், இரு”

“அப்படியே ஒரு நூறு ரூபா இருந்தா குடுக்கா, நான் வந்து பழம் வித்து தர்றேன், சாப்பாட்டுக்கு ரொம்ப கஷ்டப்படுறோம்”.

“ஏதுடி, நாங்களும் பொழப்பு இல்லாமதான் இருக்கோம்”

“யாருகிட்டேயாச்சும் வாங்கிக் குடுக்கா, வட்டியோட தந்துடறேன்”

“சரி நான் சோத்துக் கடக்காரிகிட்ட கேட்டுப் பாக்குறேன், சாஞ்சாதான் உண்டு”.

சாம்பாத்தாள் தெருவை நோக்கி நடந்ததும் அடி வயிற்றிலிருந்து கிளம்பி அழுகை ஒலியை கட்டுப்படுத்திக் கொண்டு வெற்றிலைப் பையை எடுத்துப் பிரித்தாள் வள்ளி.

☐ *தாமரை*

சிதைவு

அத்தையைப் பார்த்து நாளாகிவிட்டது.

இன்னைக்காவது போய் வரலாம் என்று தோன்றியது. அலுவலக விடுமுறைகள் என்பதால் எல்லாரையும் ஒரு சேரப் பார்த்துப் பேசி ஆர அமர வரலாம் என்று தோன்றியது. தெருவிற்குப் போவதில், முன் எப்போதும் போலில்லாத மகிழ்ச்சி. ரொம்ப நாளுக்குப் பிறகு போவதில் புதிய புதிய செய்திகள், துக்கங்கள், ஏக்கங்கள், கனவுகள், இலட்சியங்கள் என்று கிடைக்கும்.

இளவட்டங்கள் அண்ணா என்றும் மாமா என்றும் குசலம் விசாரிக்கும் பாணியே இயற்கையாய் இருக்கும். அந்த இயற்கையின் உபசரிப்பில் காலம் பூராவும் கிடந்து விடலாம் என்று கூடத் தோன்றும். நகர நாகரிகம் மனிதனை எப்படியெல்லாமோ சின்னாபின்னமாக ஆக்கிவிடுகிறது.

“என்னங்க எங்க கிளம்பிட்டீங்க”

“ம், தெருவுக்கு”

“இன்னாங்க இப்பவெல்லாம் அடிக்கடி தெருவுக்கு”

“ஆமாம் வேலையிருக்கு”

“மூனு மாசத்துக்கு முன்னாடிதான போனீங்க”

“ஆமா, அத்த வழியில பாத்து, அவசியமா வீட்டுக்கு வான்னு சொன்னாங்க”

“லீவு நாளுன்னா வூடு தங்கக் கூடாதா”

“லீவு நாளுன்னா வீட்ல இன்னாப் பண்ணனும்”

"படிங்க, எழுதுங்க, சாப்பிடுங்க, தூங்குங்க"

"அதத்தான் செய்யப் போறேன்"

"எதச் செய்யப் போறீங்க"

"படிக்க"

"இன்னா படிக்க போறீங்க"

"நம்ம சனங்களப் படிக்கப் போறேன்"

"அந்தத் தெருவுலதான பொறந்தீங்க, அங்கதான வளந்தீங்க. அப்புறம் இன்னா"

"பொறந்து வளந்தா போதுமா விஜி, வாழ்ந்து பழகணும், நம்ம சனங்களோட கதை லேசுப் பட்டதில்ல தெரிமா"

"சரி, சரி நீங்க போயிட்டுத்தான் வாங்க"

அவள் சட்டென்று பேச்சை நிறுத்தித் திரும்பினாள். அவன் அவள் முகத்தை வெறித்த போது லேசான சோகம் தழுவி இருந்தது.

சாதாரணமாய் வீட்டில எத்தனை நாள் கிடந்தாலும் கிடக்கலாம். வெளியில் போனால் திரும்ப நேரமாகும் என்பதால் தேவை யில்லாத சிந்தனைகள் ஊறி ஒரு தனி ஆதிக்கத்தை உண்டு பண்ணி விடுகிறது.

"சரி நான் வரட்டா"

"ம்" அவள் லேசாய் முணு முணுத்தாள்.

"கொழந்த எங்க"

"எந்தக் கொழந்த"

"நம்ம அஜீதா பாரதி"

"தூங்குது, அத ஏன் கேக்குறீங்க"

"எழுந்தா பால் குடு"

"ரொம்பதான் கவலப்படுறீங்க போய்வாங்க"

அவனுக்கு மனதில் வெடுக்கென ஏதாவது சொல்லி விட வேண்டும் என்று இருந்தும் வார்த்தை தொண்டைக் குழிக்கு மேல் எகிறி விழாமல் சிக்கித் தவித்தது.

"நான் போய் வர்றேன்"

கடகடவென இசையுடன் சைக்கிள் தேசிய நெடுஞ்சாலையில் பறந்தது. போகும்போது அத்தைக்கு ஏதாவது வாங்கிக் கொண்டு போகலாமென்றால் டவுனிற்குள் நுழைந்து பிறகு வரவேண்டும். அதற்கு நேராகப் போய்விட்டால் கையில் காசு கொடுத்தால் ஏதாவது வாங்கிச் சாப்பிடுவாள் என்று தோன்றியது. அத்தைப் பேரன் சூரியதீபனுக்கும் சில்லரை கொடுத்தால் ரோட்டில் குமார் கடையில் ஏதாவது வாங்கித் தின்பான். பெரியம்மாவின் பேரன்கள் பார்த்தாலும் அப்படியே சூழ்ந்து கொண்டு மாமா மாமா என்று விசாரிக்கும் பாங்கே நினைக்க நினைக்க இனிமைதான்.

ரோட்டை விட்டுத் தெருவிற்குள் நுழையும் போதே ஏராளமான கேள்விகள்.

"இன்னாதான் உத்தியோகமோ தம்பி தெருப் பக்கமே வர்றதில்லயே."

"படிச்சபுள்ள, சும்மாவா வந்து வந்து போவும்"

"நீ ஒன்னுடி ஆபிசுல வேல நெம்பு கையிலுது, நான் கண்ணால பாத்தன், புள்ளப் பாவம்"

"ம், மாப்பிள்ளைக்கு கையேத்தம். நம்பள சொல்லு, ஏறுனா இரயிலு, எறங்கினா ஜெயிலு"

அவன் எல்லாவற்றுக்கும் தலையாட்டிக் கொண்டும், விசாரித்துக் கொண்டும், சிரித்துக் கொண்டும், "தோ வர்றேன்" என்று சொல்லித் தெருவினுள் போய்க் கொண்டிருந்தான்.

"வாப்பா, இப்பதான் வழி தெரிஞ்சுதா" பெரியம்மா விசாரித்தாள்.

"இல்ல பெரியம்மா, ஆபிசுல வேல சரியா இருக்கு. கொழந்தைக்கு ஒடம்பு சரியில்ல வேற. அதான் சரியா வந்து போவ முடில"

“ஏன் டா இந்தச் சக்கிலி தெருவுல தான் டா நீயும் பொறந்து வளர்ந்து படிச்சு மனுசனான”

“இல்லேன்னா சொல்றன்”

“பின்ன அப்பப்ப வந்து போறதுதான, பெரியப்பா காயலா ஆயி படுத்த படுக்கையா கெடக்குறாரு பாரு”

அவன் போய் அருகே உட்கார்ந்து விசாரித்தான். அவர் கண்களில் நீர் ஒழுக, நிமிர்ந்து மனைவியை, பிள்ளையை, தங்கையை விசாரித்தார். அவரால் தெளிவாய்ப் பேச முடியவில்லை. இருமல் தொடர்ந்து நெஞ்சை இறுக்கிப் பிடித்தது.

பெரியம்மாவுக்கு அவன் வந்ததில் ஒரு ஆறுதல், வீட்டுக் கஷ்டம் அத்தனையும் சொல்லி நான் இன்னாப் பண்ணுவேன் என்று கையை விரித்துப் பேசிய போது கண்களில் நீர் முட்டியது.

“வாப்பா எப்ப வந்த” பார்வதி அத்தை பெரியம்மா வீட்டு வாசலில் நின்றாள்.

“பேரன் சூரியதீபன்தான் நீ வந்திருக்கிறதா சொன்னான்”

அவன் எழுந்து அத்தை வீட்டிற்குப் போக சந்துப் பக்கம் திரும்பினான். வேப்பமரம். கீழே சருகுகள் சிதறிக் கிடந்தன. சக்கிலித் தெருவோரமிருந்த குட்டையிலிருந்து ஈரமான காற்று சிலுசிலுத்துக் கொண்டிருந்தது. தங்கவேல் மாமா அந்த இடத்தில் விழுந்ததின் நினைவாக அவன் அப்பாவும் அத்தையும் சேர்ந்து வெச்சமரம் விரிந்திருந்தது.

ஒரு பக்கம் சீட்டுக்கட்டும் ஒரு பக்கம் தாயக் கொட்டையும் மும்முரமாய் நடந்து கொண்டிருந்தது.

அத்தைப் பையனும் சேகரும் சீட்டுக்கட்டில் மூழ்கி அவன் வந்ததைக்கூடக் கவனிக்காமல் ஜெயித்த களிப்பில் பணத்தைச் சுருட்டி பாக்கெட்டில் வைத்துக் கொண்டு அடுத்த சீட்டைப் போட சீட்டுக்கட்டைக் கலக்கினான். அவன் கையால் கலக்கும் அந்தத் திறமையே அலாதி. ஏதோ சர்க்கஸ்காரன் வித்தை காட்டுவது போல் இருக்கும். உள்ளங்கையில் சீட்டுகள் கலந்து விளையாடும்.

முனியம்மாளும் சுசீலாவும் தாயக்கட்டையில் சண்டை வந்து ‘நான் ஒத்ததான் வெச்சேன்’ ‘இல்ல ரெட்டதான் வெச்ச’ என்று காதைக் கிழித்துக் கொண்டு முடியைப் பிடித்துக் கொண்டும் மரத்தில் முட்டிக் கொண்டிருந்தனர். சுசீலாவுக்கும் கொஞ்சம் சாராய நெடி, அந்தக் குட்டைச் சேற்றின் நாற்றத்தையும் மிஞ்சியது. சுசீலா வீட்டுக்காரன் வந்து சண்டையை மறித்ததும் மீண்டும் ஆட்டம் துவங்கியது.

தெருவில் ஒவ்வொருவரும் ஏதாவதொரு கூலிப் பிழைப்பு செய்து சம்பாதித்து வந்து இப்படி உட்கார்ந்து பயித்தியம் பிடித்த மாதிரி விளையாடுவது எப்போதும் வழக்கம். அத்தை, புருஷன் சிறு வயதிலேயே இறந்த போதும் அத்தை எந்த ஆசாபாசத்துக்கும் அடிபணியாமல் குடிக்காமல் கொள்ளாமல் இருப்பதே தெருவில் எல்லோர்க்கும் கேள்விக்குறியாக இருக்கும்.

“வாப்பா உட்காரு”

அவன் குனிந்து சென்று சுவரில் சாய்ந்தபடி திண்ணையில் உட்கார்ந்தான்.

“இந்தப் பாயுல உக்காரு, சட்ட அழுக்காவும்”

“வேணாம் அத்த”

“டேய் சூரியதீபா...” அத்தை முடிந்தளவு கத்தினாள்.

“இன்னா ஆயா”

“நான் நல்லா கேக்கப் போறண்டா, மாமா வந்திருக்கான்ல, கடைக்கப் போய் வாங்கியாடா”

“ஆயா, ராஜி பையன் கோலிபுடுங்கிக்கின்னு தர மாட்றான் ஆயா”

“டேய் போடா பெரிய மயிரு கோலி, மாமாவுக்கு டீ வாங்கியாடா”

அத்தை கத்தியதைப் பார்த்து சேகர் திரும்பினான். வேறு திசையில் விளையாடிக் கொண்டிருந்தவன் திரும்பி, அவன் வந்திருப்பதை அறிந்து ‘நான் வர்லப்பா’ என்று சீட்டைப் போட்டுவிட்டு ஓடி வந்தான்.

அவன் கோபம் பொங்க சேகரை முறைத்தான். சேகர் ஏதோ சின்னத் தவறு செய்துவிட்டதைப் போல லேசான புன்சிரிப்புடன் உட்கார்ந்தான்.

“வொடம்பு தாம்பா முடில. உன்ன முக்கியமா எதுக்கு வரச் சொன்னன் தெரிமா”

“ம்... சொல்லேன் அத்த”

“எப்படியாவது எங்க குடும்பத்த கரயேத்துவன்னு தான் நம்புறம்”

“இவன்னா... ஏதாவது பொழப்ப பாக்காம இப்படி சீட்டாடிகிட்டு கெடக்கறான்”

“ஒரே புள்ளைன்னு செல்லமா வளர்த்தேன். உனுக்குத் தெரியாதா? தகப்பன் இல்லாத புள்ளைய கேவலமா எவனும் நாக்குமேல பல்லுப்போட்டு ஒரு சொல்லு சொல்லக் கூடாதுன்னு வளத்தேன். ஏதாச்சும் ஒரு பொழப்பப் பாக்கலாம். உட்டுட்டு நுப்ப நாழியும் சீட்டுக்கட்டே கதின்னு கெடக்கறான். நீதான் புத்திமதி சொல்லணும்.”

“இன்னும் எவ்ளோதான் சொல்றது. அடிச்சு சொல்ற வயசா உனக்கு. என்னப் போல உனக்கும் முப்பது வயசாச்சு. ஏதாச்சும் வேல பாக்கலாமுல்ல”

“எங்கடா, பழய இரும்பு கடயில வேலைக்குப் போனன். செட்டியார் வியாபாரத்தில் நொடிஞ்சி போய் அனுப்பிட்டாரு. ரைஸ் மில்லுக்குப் போனா எப்பவாச்சும் வா இன்றான். ரிக்‌ஷா இழுக்கலாமுன்னா வாடக ரிக்‌ஷா கெடக்கல, போற எடமெல்லாம் அத்தனாசம் குட்டிச் சொவறா கெடக்குது...”

அத்தைக்கு வயசாயிப் போச்சு. தள்ளாத வயதிலும் நகராட்சியில் துப்புரவு வேல செஞ்சு குடும்பம் நடக்குது. மகன் சேகர் ஒரு பொண்ண சேத்துக்கிட்டு அது இவன் கூட வாழாம பையன் சூரிய தீபனை விட்டுட்டுப் பொண்ணு சூரியகலா கூட அம்மா வீடு போய் ஜீவனாம்சம் கேட்டு வழக்கும் போட்டாச்சு. சேகருக்குப் பொழப்பு இல்லாட்டிக் கூட சட்டம் வேல செய்யிறதா சொல்லி, ஜீவனாம்சம் மாசம் முந்நூறு கட்ட சொல்லிடுச்சு. அதயும் அத்த

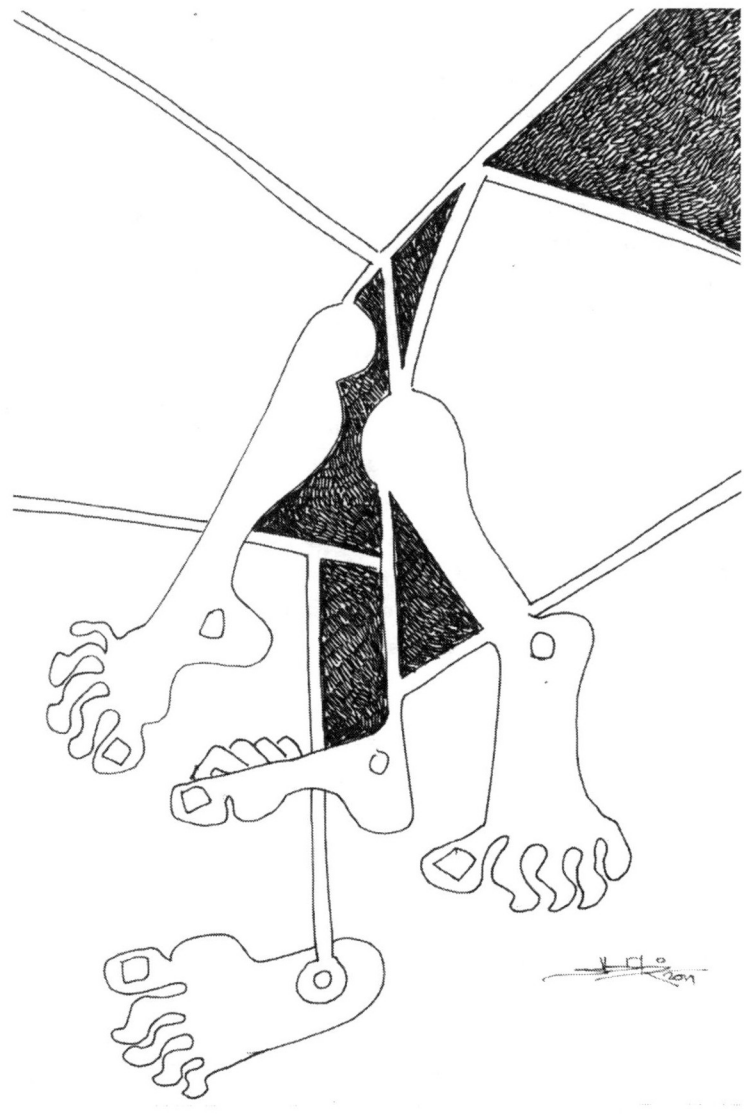

கட்டிட்டு, வேல செய்யிலேன்னு மறுகேசு மேல் கோர்ட்டுக்குப் போய்ப் போட்டு அஞ்சு வருசமா வழக்காடி கிட்டு கெடக்குது.

இந்த நிலையில் அத்தையைப் பார்க்கப் பரிதாபமாய் இருந்தது. கிழிந்து மக்கிப்போன புடவையைச் சுற்றிக் கொண்டு அத்தை உக்கார்ந்திருந்தாள். சேகர் ஆறாவதுக்கு மேல் படிக்கவில்லை என்றாலும் அவன் அப்பா வேலை செய்த ஆபீசில் பெருக்குற வேலயாச்சும் கிடைக்கும் என்று வருசா வருசம் எழுதிப் போட்டு நடந்து வருவதுதான் ஒரு நிலையான வாழ்க்கையாகிப் போய்விட்டது.

அம்மா வேல செய்யிறதால புள்ளைக்கு வேல இல்லேன்னு அரசாங்கம் சொல்லிடுச்சு. இவனும் அப்பிடி இப்பிடின்னு கூலி பொழப்பு போவானே யொழிய நிலையான கூலி வேலை என்பது அவனுக்குப் பிடிபடாமல் போய்விட்டது. சமயத்தில் டவுனில் எங்காவது பாம்பே கக்கூசின் ‘செப்டிக் டேங்க்’ ரொம்பிவிட்டால் பசங்களோடு சேர்ந்து தொட்டித் தண்ணீரையும், மலச்சேற்றையும் வாரிவிட்டுவந்தால் கணிசமாய் அய்ம்பது ரூபாய் கிடைக்கும். அன்றைக்கு ஒரு கிலோ மாட்டுக்கறியுடன் கத்தரிக்காயும் வாங்கி வந்து அத்தையிடம் கொடுக்கும் போது அத்தைக்குச் சின்ன சந்தோசம். அவனுக்கு எண்ணங்கள் பலவாறு சிதைந்து, தெருவில் சிதைந்து போன எத்தனையோ வாழ்க்கையில் இந்த வாழ்க்கையும் இப்படி என்று எண்ணிக் கஷ்டத்திலும் போவோர் போக, இருப்போர் இருந்து வாழ்க்கை நடந்து கொண்டு தானிருக்கிறது.

“அதான்பா, என்னாலும் குடும்பத்த ஒண்ணும் சமாளிக்க முடியல. வாங்குற இந்த நொள்ள சம்பளத்துல நான் இன்னா பண்ணுவன். ஊட்டுக்குச் சோறு போடுவனா கோர்ட்டுக்குப் பணம் கட்டுவனா, வக்கீலுக்குப் பீசு கொடுப்பனா, பேரன படிக்க வெப்பனா, கடனுக்கு வட்டிக்கட்டுவனா? கஷ்டப்படுகிறது யாருக்கு தெரியுது. அரசாங்கமும் புள்ளைக்கு வேல தர்ல. கோர்ட்டும் பொய் சொல்லிக் காசப் புடுங்குது. நான் ஓட்டாண்டி ஆவுறனேயொழிய நல்ல சோறு எங்க வாயில வைக்கப் போறன்...”

அவன் தலை கவிழ்ந்து கொண்டு கேட்டுக் கொண்டிருந்தான். பெரியம்மாவின் பேரன் ராஜி ஓடிவந்து ‘வணக்கம் மாமா’ என்று சொல்லிக் கொடுத்தாற் போல சொன்னான். அவன் சிரித்ததும்

ராஜி அவன் முதுகைக் கட்டிப்பிடித்து முகத்தைப் பதித்தான். முகத்தைக்கிள்ளி முத்தங் கொடுத்தான்.

"நான் பத்து பைசா வட்டிக்கு வாங்கித்தான்பா குடும்பம் நடக்குது. இப்பக்கூட ஆபிசுல வேல தறேன்னு ரெண்டாயிரம் வாங்கி ஏமாத்திட்டான். எனக்கு நீ பெரிய்ய வொதவி செய்யணும்"

"சேகருக்கு வேலதான"

"அவனுக்கு ஆபிசுலயோ, இல்லாட்டி எங்காவச்சும் கூலியாச்சும் பாத்துக்குடு. அப்புறம் மருமகள எப்படியாச்சும் சேத்துவிடுப்பா. அந்தத் தகராறால கோர்ட்டுக்கு என்னால பணம் கட்ட முடியலப்பா. ரத்தத்த அட்டையா உருஞ்சுது. நான் அவ கால்ல உழுந்தாச்சும் மன்னிப்பு கேக்கறேன். அவள வந்து வாழ சொல்லுப்பா. நீ தான் செய்யணும். உன்னால முடியும். உனக்கு மதிப்பு குடுப்பாங்க..."

அத்தை தொடர்ந்து சொல்லிக் கொண்டிருந்தபோது அவன் எழுந்து வீட்டைப் பார்த்தான். மூலையில் சுவர் இடிந்து சாக்குப்படுதா தொங்கிக் கொண்டிருந்தது. மேலே கருப்பஞ்சோலை காற்றில் பறந்து அத்தை தலையைப் போலவே கலைந்து சிதைந்திருந்தது. உள்ளே கூரை வெளிச்சம் ஊடுருவ கருத்தப் பானைகள் வரிசையாய் அடுக்கப்பட்டிருந்தன.

"ஏண்டா சூர்ய தீபா"

"இன்னா மாமா"

"கால்சட்ட பின்னாடி ரவுண்டா கிழிஞ்சிருக்குதே, அத்தய தைக்க சொல்றதுதான."

"தைக்குணும்பா"

அவன் தெருவை ஒரு சுற்று சுற்றிவிட்டு அத்தை வீட்டிற்குத் திரும்பவும் வந்தான்.

"நான் கெளம்பறன் அத்த. நாளைக்கே நம்ம வெவகாரத்துக்கு முயற்சி பண்றேன்".

“என்னமோப்பா, உன் தயவுலதான் நான் வாழணும், இல்லாட்டி சாவணும்”

“அப்படியெல்லாம் பேசாத அத்த, எங்கப்பா கூட நீ பொறக்காம இருக்கலாம். எங்க அப்பா அம்மா செத்தப்போ இந்தத் தெருவுல எனக்கு நீ ஆதரவா இருந்தல்ல. உனக்கு நான் நெறய செய்யணும், முயற்சி பண்றேன், நான் வரட்டா”

“ம், பொண்டாட்டி, புள்ளய வெசாரிச்சதா சொல்லுப்பா, வரமுடியல. அதான் என் பொழப்பே இங்க காரிமுய்யுதே. என்ன காடு வாவான்னுது. வீடு போ, போன்னுது…”

அத்தையின் கோராமையைக் கேட்ட அவனுக்கு இந்தக் கோர்ட்டு, அரசாங்கத்த நம்பி எந்த அளவிற்கு உதவ முடியும் என்ற எண்ணம் மேலோங்கத் தெருவை விட்டுக் கிளம்பினான். நெஞ்சு கனத்து அழுதது.

☐ *தாமரை*

நிறங்கள்

எங்கும் இருட்டு. கோயில் உச்சியிலுள்ள சின்ன மின்விளக்கு மட்டும் செங்கல் மங்கலாய் ஒளி வீசிக் கொண்டிருந்தது. சுப்புலட்சுமி சற்று நேரம் நின்று யோசித்தாள். இனியும் யோசிப்பதற்கில்லை என்று முடிவு செய்தாள். காலைத்தூக்கி மதில்மேல் வைத்தாள். சுற்றிலும் யாராச்சும் வருகிறார்களா என்று கவனித்தாள். தூரத்தே சினிமா விட்டுக் கும்பல் ஒன்று வந்து கொண்டிருந்தது.

ஒன்றும் அறியாதவள் போல் இவளும் குளத்தைச் சுற்றியுள்ள பாதையைக் கடந்தாற்போல் நடந்து வந்தாள். பின்னால் இரண்டாம் ஆட்டம் சினிமா பார்த்துவிட்டு, படத்தைப் பற்றி விமர்சித்துக் கொண்டு வரும் சத்தம் முன்னால் நடக்க நடக்கக் கேட்டுக் கொண்டிருந்தது.

வேகமாக நடந்து சென்று குளத்தின் கிழக்குப்பக்கம் வந்து நின்றாள். பின்னால் வந்த கும்பல் குளத்தைத் திரும்பி வடக்குப் பக்கமுள்ள போலிஸ் ஸ்டேசன் வழியாகப் போய்விட்டார்கள். திரும்பவும் வந்த வழியாகச் சென்றால் சரியாக இருக்காது. மறுகரைக்குச் செல்ல வேண்டும். நின்ற இடத்திலிருந்து யோசித்தாள். கிழக்குப் பக்கத்தில் வரிசையாய்க் கடைகள் மூடிவிட்டிருந்தது. கொஞ்ச தூரம் தள்ளி ஆஞ்சநேயர் கோயில், ஒரு கணம் திரும்பிக் கோவிலைப் பார்த்தாள். கற்சிலை தெரிந்தது. கழுத்தைத் திருப்பி நடந்தாள். அப்புறம் ஒரு டீக்கடை. டீக்கடையில் ஒரேயொருவன் மேசை மீது படுத்துத் தூங்கிக் கொண்டிருந்தான். பாலும் டீத்தூளும் கொதித்துக் கொண்டிருந்தது. டீக்கடையில் வேறு யாருமில்லை.

கையிலிருந்த குழந்தை டீக்கடை மேசை மீதிருந்த 'வரிக்கியைப்' பார்த்துக் கையைக் காட்டியது. டீயும் வரிக்கியும் வாங்கிக்

கொடுக்கலாமா என்று யோசித்தாள். ச்சீ.., இன்னும் இன்னா இருக்குது, இந்த நேரத்தில் டீ வேற வேணுமா என்று உதறிவிட்டு மனம் வெறுத்து நடந்தாள்.

மனம் முழுதும் சலிப்பு, வேதனை, ஆத்திரம், அத்துணையும் குடிகொண்டிருந்தது. அப்பா அம்மா கூலி வேலை செஞ்சுக் கஷ்டப்பட்டு வளர்த்து இன்னொருத்தனுக்குக் கட்டிக் கொடுத்து என்ன பிரயோஜனம் ஒரு நல்ல வாழ்க்கை வாழ முடியல. நாளும் நாளும் படும் இம்சைகளைவிட ஒரு நிமிடத்தில் தீர்த்துக் கொள்வதுதான் சரி. முடிவுக்கு வந்தவளாய்ச் சுற்றிக் கொண்டு குளத்தின் தெற்குப்பக்கம் கரையோரம் வந்தாள். வரிசையாய் ரிக்ஷாக்காரர்களின் குடிசைகள் இருந்தன.

அய்யனார்குளம் முன்பு போலில்லை. புனிதமான நீர் என்று கருதியவர்கள் எல்லாம் இப்போது காரித்துப்பும் அளவிற்கு ஆகிவிட்டது. காரணம் முன்பெல்லாம் ஊரிலிருந்து வெளியாகும் கழிவு நீரெல்லாம் 'கோலியனூரான்' வாய்க்காலில் போய்ச் சேரும். ஊருக்கு வெளியே அது போய் விழும். இப்போது அப்படியில்லை. பூந்தோட்டம், கடைத் தெரு, மேலத் தெரு... போன்ற முக்கியப் பகுதிகளின் கழிவு நீரெல்லாம் ஒரு வாய்க்காலில் கலந்து நேரே அய்யனார் குளத்திற்கு வந்துவிடுகிறது.

ஊருக்கு நடுவே குளம் இருந்து நாற்றம் அடித்துக் கொண்டிக்கிறது. அதோடு குளத்திற்குப் பின்னாலுள்ள கடைத் தெருவிற்கு வருகிறவர்கள் போகிறவர்கள் மல ஜலம் அவசரத்திற்குக் கழித்து விட்டுப் போவார்கள். இதற்கே இப்பகுதியைச் சுற்றிப் போட்டி போட்டுக் கொண்டு இடம் வாங்கிப் போட்டிருந்தார்கள்.

ஆயிரந்தான் சகதி நாற்றமெடுத்து வீசிக் கொண்டிருந்தாலும் சுற்றிலும் வாழ்க்கை வாழ்கிறவர்கள் இருக்கத்தான் செய்கிறார்கள். சுகாதாரச் சீர்கேடு என்பதெல்லாம் அப்புறம். வருசா வருசம் 'லட்சதீபத் திருவிழா' நடக்கும். எல்லாச் சாதிக்காரர்களும் ஒன்றாக நின்று தீபமேற்றத்தான் செய்கிறார்கள். குட்டையைக் குழப்பித் தெப்பத் திருவிழாவும் நடக்கத்தான் செய்கிறது.

எல்லாவற்றையும் கடந்த சுப்புலட்சுமிக்கு மீண்டும் மீண்டும் வாழ்வின் கசப்பான அனுபவங்களும் கரடுமுரடான வாழ்நிலைகளும் மட்டுமே எதிர் கொண்டன. அவள் குளத்தைச்

சுற்றி மேற்குப் பக்கம் உள்ள படியில் இறங்கினாள். கையில் குழந்தை முகத்தைப் புதைத்துக் கொண்டு தூக்கத்தில் இருந்தது. குழந்தையை மடியில் வைத்துக் கொண்டு துணியை இறுக்கிக் கட்டிக் கொண்டாள். காலை ஓரடி எடுத்துத் தண்ணீரில் வைத்தாள். பாசிகள் விலகிக் கால் சில்லிட்டது. கண்களை மூடிக் கொண்டு தண்ணீரில் நடந்தாள். உடல் சிலிர்த்தது.

ஆழம் தொலைவிலிருந்தது, குழந்தையின் மேல் தண்ணீர் பட்டதும் உரத்துக் கத்தியது. வாயை சத்தம் வெளியே கேட்காதவாறு பொத்தினாள். உள்ளே குழந்தையுடன் மூழ்கினாள். உடல் மேலே தள்ளி வந்தது. மீண்டும் மீண்டும் மூழ்கினாள்.

நரிவேலு இரண்டாம் ஆட்டம் சினிமா முடிந்து ரெண்டு பேரைக் கொண்டு போய் விட்டுவிட்டு வந்து ரிக்ஷாவைக் குளத்தருகே குடிசை ஓரம் விட்டான். தூக்கம் தாங்காமல் அன்றைக்கு இரவு ஒரே சவாரியில் திரும்பிவிட்டான். மதிலோரம் சென்று மூத்திரம் பெய்யப் போனான்.

தண்ணீரில் தப் தப்பென்று அடிக்கும் சத்தம் கேட்டது. ஒருவேளை பைத்தியக்காரி குளிப்பாளா? அவள் அப்படித்தான். நேரங்காலமே தெரியாது. திருவிக ரோட்டிலுள்ள தாலுக்கா ஆபீசின் முன் சிந்திக்கிடக்கிற இலைகளைச் சேர்த்து, குப்பையிலுள்ள கரித்துண்டுகளைச் சேர்த்து, கல்லை எடுத்து நசுக்கித் தூளாக்கித் தலையில் தேய்த்து, துணியை அப்படியே அவிழ்த்துப் போட்டுவிட்டுப் போய் நிர்வாணமாய் விழுவாள்.

நரிவேலு குளத்து மதில்மேல் நின்று பார்த்தான். புலப்படவே யில்லை, சத்தம் மட்டும் கேட்டது. கீழே இறங்கித் தண்ணீர் அருகே வந்தான். பைத்தியக்காரி கரையோரந்தான் குளிப்பாள். நிச்சயம் இது அவளாய் இருக்காது. அவனுக்குச் சந்தேகம் வரத் தண்ணீரில் பாய்ந்தான். கிட்டே நெருக்கியதும் ஒரு பெண் சாகத் துடித்துக் கொண்டிருந்தாள்.

கையைப் பிடித்து இழுத்ததும் அவனையும் சேர்த்து அழுத்தினாள். கையை உதறிக் கொண்டு நரிவேலு கரைக்கு ஓடி வந்துவிட்டான். மனது அடித்துக் கொண்டது. எத்தனை தைரியம் வந்து என்ன பண்றது, சாகப்போறப் பொம்பள என்னைச் செய்யறாப் பாரு.

சரி, பொம்பளத்தான என்று அசட்டுத் தைரியம் வந்தது நரிவேலுவுக்கு. நீச்சலடித்துப் போய் முடியைப் பிடித்து இழுத்து வந்தான் கரைக்கு. வயிறு உப்பிவிட்டிருந்தது. கழுத்திலும் கையிலும் நகைகள் இருந்தன. குளத்தைப் பார்த்தான். இருட்டில் புடவை கருங்கோடாய் மிதந்து கொண்டிருந்தது.

ஓடிப்போய் ரிக்ஷாவை இழுத்துக்கொண்டு வந்து சுப்புலட்சுமியைத் தூக்கிப் போட்டுக் கொண்டு 'பெரிய ஆஸ்பத்திரிக்கு' ஓடினான். ஆஸ்பத்தியில், போலிஸ் ஸ்டேசனுக்குப் போன் செய்து இப்படி ஒரு 'கேஸ்' வந்திருப்பதாகத் தெரிவித்தார்கள்.

உடனே இரண்டு போலிஸ் வந்து காவலுக்கு இருந்தார்கள். சுப்புலட்சுமியைக் காப்பாற்றுகிற வழக்கமான வேகத்துடன் உள்ளே நர்சும், டாக்டரும் ஆயத்தப்பட்டார்கள்.

"அப்ப நா வரட்டுங்களா சார்..." நரிவேலு.

"நீ அய்யா வர்ற வரைக்கும் போய் ஸ்டேஷன்ல இரு" போலிஸ்.

"என்னாத்துக்கு"

"செவுள்ள கொடுத்தேன்னா; சொன்னத செய்யுடா" என்று இன்னொரு போலிசுடன் ஸ்டேசனுக்கு அனுப்பி வைத்தான். வழியில் காந்தி சிலை ஸ்டாப்பிங்கிலிருந்த ரிக்ஷாக்காரர்கள் பார்த்து விசாரித்து விட்டுப் பின்னாலேயே ஸ்டேசனுக்கு வந்தார்கள். மதிலோரம் நின்று கொண்டு நரிவேலுவைக் கூப்பிட்டு விபரமாய் விசாரித்தார்கள். அவன் அது பற்றிச் சொல்லிக் கொண்டிருந்தான்.

கூட்டி வந்த போலிஸ் இவன் மதிலோரம் நிற்பதைப் பார்த்துப் 'தப்பிச்சு ஓடப்பாத்தியா' என்று எட்டி ஒரு உதைவிட்டான். நரிவேலு அடங்கி ஒடுங்கி நடுங்கிக் கொண்டு ஒரு மூலையில் போய் உட்கார்ந்தான்.

விடிந்துவிட்டது.

சொந்தக்காரர்களும், நண்பர்களும் மதிலோரம் நின்று கொண்டு டீயை வாங்கி வைத்தபடி கூப்பிட்டனர். அவனது அப்பாவும் அம்மாவும் தலையிலடித்து அழுது கொண்டு இருந்தனர்.

போலிஸ்காரரிடம் கேட்கலாமா என்றால் பயம். அதற்கும் ஏதாவது உதை விழுமோ என்று அச்சம். அவன் பக்கம் ஒரு போலிசு வர, கையால் மிகவும் பயந்தபடி டீ குடிக்கப் போவதாகச் சைகை காட்டினான்.

“யாராவது வந்திருக்காங்களா?”

“ஆங்...”

“இங்க வந்து டீய குடுக்கச் சொல்லிக்குடி”

கையைக்காட்டி உள்ளே வரச் சொன்னான்.

பக்கத்துக் குடிசை பையன் டீயை எடுத்துக் கொண்டு செல்வதைப் பிடுங்கிக் கொண்டு நரி வேலுவின் அம்மா உள்ளே சென்றாள். ஒன்றும் பேசாமல் திரும்பி வந்து கண்ணீருடன் நின்றாள்.

ஜீப்பிலிருந்து இறங்கி இன்ஸ்பெக்டர் உள்ளே போனார் “சார் மர்டர் கேஸ் ஒண்ணு” என்றபடி சப்-இன்ஸ்பெக்டர் உள்ளே நுழைந்தார்.

சற்று நேரத்தில் இன்ஸ்பெக்டர் வெளியே வந்தார்.

“டேய் இங்க வாடா”

“அய்யா” என்று ஓடிவந்து கும்பிட்டான்.

பளார் என்று ஒரு அறை விழுந்தது.

“பேருன்னாடா?”

அடியில் விழுந்தவன் எழுந்து “அய்யா, எம்பேரு நரிவேலு அய்யா” என்றான்.

“திருட்டுப் பய்யா ரிக்சா ஓட்டி சம்பாதிக்க முடியாம திருட வந்தியா?” என்று இன்னொரு அடி விழுந்தது.

“அய்யா நான் திருட வர்லே, காப்பத்த...” என்று சொல்வதற்குள் மீண்டும் அறை விழுந்தது.

“காப்பாத்தவா வந்தே, ரெண்டாவது ஆட்டம் சினிமா வுட்டுப் பின்னாலேயே வந்திருக்க. அந்த பொம்பள கழுத்தில நாலஞ்சு

பவுனு நக வேற இருந்திருக்கு. இன்னும் எவ்ளோ காணலன்னு தெரியல..."

"அய்யா நான் நெசமா திருட வர்ல..."

"டேய் வுட்டேன்னா. பொய்யா சொல்ற. திரும்பத் திரும்ப" என்று பூட்ஸ் காலால் ஒரு உதைவிட்டான்.

"பின்ன அந்நேரத்தில் இன்னாடா உனக்கு அந்தப் பக்கம் வேலை".

"அய்யா நைட்டு சவாரி முடிச்சுட்டு வீட்டுக்கு படுக்கலாமுன்னு வந்தேன்..."

"வந்து படுக்கறதுக்கு முன்னாடி இருட்லே அந்த வழியே போன பொம்பளயப் பாத்திருக்கே. கழுத்திலும் கையிலுமா இருக்கிறதப் பாத்திட்ட; தண்ணில தள்ளிச் சாகடிச்சு நகயப் புடுங்கப் பாத்த; அதுக்குள்ள யாராவது அந்தப்பக்கம் வந்திருப்பாங்க; உடனே காப்பாத்தற மாதிரி நடிச்சிருக்கே, கையில கொழந்த இருக்கேன்னு பார்க்காம கூடத் தண்ணில தள்ளிருக்க..." மேலும் மேலும் சாத்தினான்.

சுப்புலட்சுமியிடம் குழந்தை இருந்த விசயம் நரிவேலுக்கு அப்போதுதான் தெரிந்தது.

நரிவேலு வலி தாங்க முடியாமல் கத்தினான்.

அருகிலிருந்த போலிசைக் கூப்பிட்டு "அந்தப் பொம்பள பொழைக்கிற வெரைக்கும் இவனுக்கு டீத்தண்ணி கூடக் காட்டாம சாவடிங்க..." என்று நகர்ந்தார் இன்ஸ்பெக்டர்.

மதியம்.

நல்ல வெயில். நரிவேலுவுக்குப் பட்டை சாதம் கொடுக்கப் போனவன் அடி உதையோடு வெளியே ஓடி வந்தான். யாரும் கிட்டே நெருங்க முடியவில்லை. வேலை முடிந்து போகும் போலிசும் 'இவன் என்ன கேசு' 'இவன் என்ன கேசு', என்று கேட்டு ரெண்டு உதை உதைத்துவிட்டு வருவதும் போவதுமாக இருந்தார்கள்.

ரிக்சா ஓட்டிய அலுப்பு ஒருபுறமிருக்க. உதை வாங்கியதில் லேசான மயக்கம் இருந்து கொண்டிருந்தது.

இன்ஸ்பெக்டர் தம் அறையை விட்டுக் கிளம்பினார். ஜீப் கிளம்பத் தயாராய் வந்து நின்றது. எதிரே ரெண்டு போலிஸ் ஓடி வந்து 'வணக்கம்' செய்து நின்றனர்.

"சார் ஆஸ்பத்திரில சேத்த பொம்பள பொழச்சிக்கிட்டா. பொழச்சதும்தான் புள்ளயத் தேடினா. புள்ள ஏற்கெனவே தண்ணில செத்தாச்சு. போஸ்ட் மார்ட்டம் பண்ணிட்டோம். நகையெல்லாம் சரியா இருக்காம். அவள யாரும் கொலை பண்ணலையாம். அவளாதான் தற்கொலை பண்ணிக்க முயற்சி பண்ணிணாளாம். வீட்ல புருசன்கிட்ட வரதட்சணை தகராறாம். செயினு மோதிரம் வாங்கித் தர்றேன்னு வாங்கிக் கொடுக்கலயாம். அதிலும் 'படிக்காத முட்டுக்கட்டய நான் கட்டிக்கிட்டேன்னு' வேறு அடிக்கடி அவ புருசன் தகராறு பண்ணுவானாம். தன் கல்யாணத்துக்கே கடன் வாங்க கஷ்டப்படுற அம்மா அப்பாகிட்ட இதயெல்லாம் எப்படிச் சொல்றது; அதிலும் செயினு மோதிரம் வாங்கித் தர்றது முடியற காரியமான்னு யோசிச்சு அவ இப்படி முடிவு எடுத்துட்டாளாம். சாகப்போறதுக்குள்ள யாரோக் கையப் புடுச்சி இழுத்த மாதிரி உணர்விருந்ததாம்..."

"சரி சரி புராணத்த நிறுத்து; ரொம்பப் பசிக்குது. சாப்பிட்டு வர்றேன்".

ஜீப்பில் ஏறி உட்கார்ந்ததும் அருகே நின்றிருந்த போலிஸ் மீண்டும் 'வணக்கம்' செய்தனர்.

"ஆங், அதோ கெடக்கிறான, அவன்கிட்ட ஒரு ஸ்டேட்மெண்ட் வாங்கினு வெளியே தள்ளு".

ஏட்டும் போலிசும் உள்ளே சிரித்துக் கொண்டே வந்து உட்கார்ந்தனர்.

"டேய்... உன்கூட வந்தவங்க யார்டா...?"

வாயைத் திறந்து பேச முடியவில்லை. கையைக் காட்டி வரச் சொன்னான்.

"டேய் யாருடாவன்; அய்யா இவன் மேல கேச போடச் சொல்லியிருக்காரு. பெரிய கேசாயிடுச்சு".

உடனே நரிவேலுவின் அம்மா ஏட்டுக்காலில் ஓடிப் போய் விழுந்தாள். "எசமான் உள்ள தள்ளீடாதீங்க..." என்று கை கூப்பி அழுதாள்.

பக்கத்தில் ஒருவன் நூறு ரூபாயை எண்ணி ஏட்டுப்பக்கம் நீட்டி "அய்யா நீங்களே தயவு செஞ்சி முடிச்சிடுங்க அய்யா; இனிமே அவன் எந்தத் தப்பும் செய்யமாட்டான்" என்றான்.

"டேய், இதெல்லாம் அய்யா வந்தாதான் முடியும்" என்று பணத்தை வாங்கிக் கொண்டான்.

நரிவேலுவின் அம்மா சுருக்குப் பையில் சேர்த்து வைத்திருந்த கசங்கி மடிந்த இருபது ரூபாயைப் பிரித்துக் கொடுத்துக் கெஞ்சினாள்.

"ஏட்டய்யா முடிச்சு அனுப்புங்கய்யா பாவம்" என்று அருகிலிருந்து ஒரு போலிஸ் சொல்ல நடந்ததைச் சொல்லும்படி சொன்னார் ஏட்டு.

நரிவேலுவால் வாயைத் திறந்து பேசுவதற்கே சிரமமாய் இருந்தது. வாயிலும் மூக்கிலும் இரத்தம் சிந்திக் கொண்டிருந்தது. எதைச் சொல்வது, எதுவரை சொல்வது, எதை விடுவது என்று புரியாமல் சொல்ல ஆரம்பித்தான்.

□ மன ஓசை

அவனும் ஓர் அழுகிய பிணமும்

மழை பெய்து ஓய்ந்திருந்தது. சாலையெங்கும் தண்ணீர் லேசாக அங்குமிங்கும் நின்றிருந்தது. மரங்கள் நனைந்து கிளைகளின் இலைகள் முழுக்கப் பச்சைப் பசேலென்று தெரிந்தன. சிலுசிலுப்பான காற்று கூடவே எழுந்தது.

அலுவலக வாசலில் மோட்டார் வண்டி வந்து நின்றதும் சத்தங் கேட்டு வெளியே ஓடிவந்து பார்த்தான். அலுவலகக் காவலாளி அதிகாரி வந்திருப்பாரோ எனச் சந்தேகப்பட்டான். அதிகாரியில்லை. போலிசு என்பதைப் பார்த்தபின் தெரிந்தது.

ஞாயிற்றுக்கிழமை, விடுமுறைகளில் இவர் ஏன் வர வேண்டும் என அய்யத்தோடு நின்றிருந்தான். போலிசு, வண்டியை நிறுத்திவிட்டு அருகே வந்தான். அவனது பார்வை அலுவலகத்தையே விலைக்கு வாங்குவது போலிருந்தது. எல்லாவற்றையும் அப்படியே கண்களால் துழாவினான்.

"யார் சார் வேணும்"

"அதிகாரி இருக்காரா"

"இல்லீங்க"

"மேனேஜர்"

"இன்னிக்கு ஞாயித்துக்கெழம"

"தெரியும்பா, அவசரமாகப் பாக்கணும்"

"வீட்ல இருக்காரு"

"ஆபிசுல யாருமே இல்லியா"

“ஒருத்தர் இருக்காரு, வேணும்னா பாருங்க”

போலிஸ் உள்ளே வந்து எழுதிக் கொண்டிருந்த எழுத்தரைப் பார்த்தான். குனிந்த தலை நிமிராமல் இருந்தவனை, பூட்ஸ் தேய்த்துக் கவனத்தைத் திருப்பினான்.

“என்ன வேணும்ங்க”

“இந்தத் தபால சேக்கணும் சார்”

“அதிகாரியில்ல, நாளைக்குத்தான் பாக்கலாம்”

“இல்ல சார். இது அவசர தபால், நான் போலிஸ் ஸ்டேசன்லே யிருந்து வர்றேன்”

“அதான், இன்னா தபால்?”

“அநாதப் பொணம் எடுக்கணும்”

“ஓ அதுவா”

எழுத்தர் மீண்டும் தலைகுனிந்து யோசித்தான். போலிசுக்குச் சங்கடமாகிப் போய்விட்டது. எதிர்பார்த்ததற்கு மாறாகப் போய்விடுமோ என மனதிற்குள் எண்ணினான். மீண்டும் பேசினான் போலிசு.

“இந்தாங்க சார் தபால்”

“இன்னிக்கு ‘ஞாயித்துக்கெழம, அதிகாரியில்ல இன்ஸ்பெக்டரும் இல்ல, ஆளுங்களும் ஆபிஸ் பக்கமே தலயக் காட்ட மாட்டாங்க...”

எழுத்தரின் பேச்சில் வெறுப்பு தொனித்தது.

“ஸ்டேசன்ல இன்ஸ்பெக்டரு உடமாட்றாரு சார்”

“ஆமாம் உங்களுக்கின்னா, ஒரு மனு ஒன்னு எழுதிக் குடுத்திடுவீங்க; அதக்கொண்டு போய் சுடுகாட்ல சேக்கறது முனிசிபாலிட்டிகாரன் வேலயாச்சே”

“கோச்சுக்காதீங்க சார், ஆளுங்கதான செய்யப் போறாங்க”

"ஆளுங்கின்னா ஆளுங்க, அவனும் மனுசன்தான்; அவென்னா மிஷின் வெச்சுகிட்டா அந்த வேல செய்யறான்"

"சார், ரொம்ப நாத்தம் எடுத்துக் கெடக்குது"

"அதான்... அப்பதான் எங்களத் தெரியும்"

"சார்..., ஏதாச்சும் ஏற்பாடு பண்ணுங்க சார்"

போலிசு மிகவும் பணிவாகக் கேட்க ஆரம்பித்தான். எழுத்தர் எழுந்து வெளியே வந்து காவலாளியைப் பார்த்தான். அவன் எங்கோ போயிருந்தான். போலிசை அருகே அழைத்தான்.

"நீங்க நேராப்போய் எங்க அதிகாரி வீட்ல தபால்ல கையெழுத்து வாங்கிடுங்க".

"சரிங்க சார்"

"அப்படியே வந்து சானிடரி இன்ஸ்பெக்டருகிட்ட காட்டுங்க; அவரு ஆள ஏற்பாடு பண்ணுவாரு..."

போலிசுக்கு புதுத்தெம்பு வந்தது. வாசலில் நின்று கொண்டிருந்த காவலாளியை வண்டியில் ஏற்றிக் கொண்டு, அதிகாரி வீடு நோக்கிப் பறந்தான். வாசலிலே நின்றிருந்தவரிடம் மிடுக்கென ஒரு வணக்கம் செய்து நின்றான் போலிசு. உறையை வாங்கித் தபாலைப் பிரித்துப் படித்து கையொப்பம் போட்டுக் கொடுத்தார் அதிகாரி. மீண்டும் அதே மிடுக்கான வணக்கம்.

வெளியே வந்து துப்புரவு ஆய்வாளர் வீட்டுக்கு வந்து கடிதத்தைக் கொடுத்ததும் அவனது முகம் இறுகிக் கடுகடுத்தது.

"நாளைக்கிப் பாக்கக்கூடாதா?"

"சார்... அவசரம் சார்"

"ஞாயித்துக்கெழம நான் யாரத் தேடுவன்? எவன்தான் கெடப்பான்?"

"ரொம்ப நாத்தம் எடுத்துடுத்து சார்"

போலிசு பணிவாக வந்தான்.

“தெரியுது, ஆளு வேணுமே!”

“யாராச்சும் ஒரு ஆளு பாருங்க, சார்”

“ஏங்க, எல்லாரும் இதச் செய்ய மாட்டான், ஒருத்தன் ரெண்டு பேருதான், அதிலும் இன்னிக்கு அவனுங்க வரமாட்டானுங்க”

சொல்லிவிட்டுத் தலையைச் சொரிந்து கொண்டு யோசனையில் ஆழ்ந்தான் துப்புரவு ஆய்வாளர். போலிசுக்குச் சங்கடமாகிப் போன நிலையை எண்ணி உள்ளுக்குள் வருந்தினான். அலுவலகக் காவலாளியை அருகே அழைத்தான். போலிசுக்கு முகம் மலர்ந்தது. லேசான புன்னகையும் இழையோடியது.

“வாய்க்காமேட்டு தெரியுமில்ல”

“தெரியும் சார்”

“சோத்துக்கைப் பக்கம் பாத்தா வரிசயா குடிசைங்க”

“ஆமாம் சார்”

“அங்க இருளப்பன்னு பேரு”

“யா...ரு தெரியல சார்”

“நீ போய்க் கேளு, சொல்வாங்க, அவன ஆபிசுல வந்து கடப்பார, மம்முட்டி எடுத்துகிட்டுப் போய் பாடிய சுடுகாட்ல பொதைக்கச் சொல்லு”

“சரிங்க சார்”

“ஆங், நம்ம வண்டி மாட்ட பூட்டிக்கச் சொல்லு, நான் சொன்னன்னு சொல்லு”

“சரிங்க சார்”

“முடிச்சிட்டு வந்து எங்கிட்ட சொல்லச் சொல்லு”

போலிசின் மோட்டார் வண்டி ஊருக்குக் கிழக்கே உள்ள வாய்க்கால் மேட்டின் மீது போய் நின்றது. அதன் ‘புடுபுடு’ சத்தம் இன்னும் நிற்காமல் அதிர்ந்து கொண்டேயிருந்தது. சத்தங்கேட்டு ஒரு பெண் ஓடி வந்து விசாரித்தாள்.

“இருளப்பன் இருக்கானா”

பின்னாலிருந்த காவலாளி கேட்டான்.

“இப்பதான் ஏரிக்கரப்பக்கம் போனான், ஏன் இன்னாங்க?”

“இன்ஸ்பெக்டரு கூட்டாரச் சொன்னாரு”

சொல்லிவிட்டு வண்டியை ஏரிக்கரைப் பக்கம் திருப்பினான் போலிசு. என்னமோ ஏதோ என்று முண்டியடித்துக் கொண்டு ஓடிப்போய் இருளப்பன் மனைவி வள்ளியிடம் சொன்னாள் அவள்.

“போலிசு உன் வூட்டுக்காரனத் தேடுதடி”

வள்ளி குலை நடுங்கிப் போயிருந்தாள்.

ஏரிக்கரைப்பக்கம் பனந்தோப்பு வழியாக ஒரு சிலர் ஒற்றையடிப் பாதையில் வந்து கொண்டிருந்தனர். இவர்கள் வண்டியை நிறுத்தி ஓரமாய் நின்றிருந்தனர். எதிரே வருபவனாய் இருக்கலாம் எனக் காவலாளி உறுதி செய்தான்.

“ஏன்பா நீ இருளப்பன் தான”

“ஆமாம்”

“அய்யா அனுப்பினாரு”

“எந்த அய்யா”

“நம்ம சானிடரு இன்ஸ்பெக்டரு”

“இன்னா சொன்னாரு”

“ஏதோ அனாதைப் பொணம் பொதைக்கணுமாம் தோ, அய்யா வந்திருக்காரு”

“இன்னிக்கு லீவாச்சே”

“நாத்தம் எடுத்துடுச்சாம்”

“அதுக்கு நானா கெடைச்சேன்”

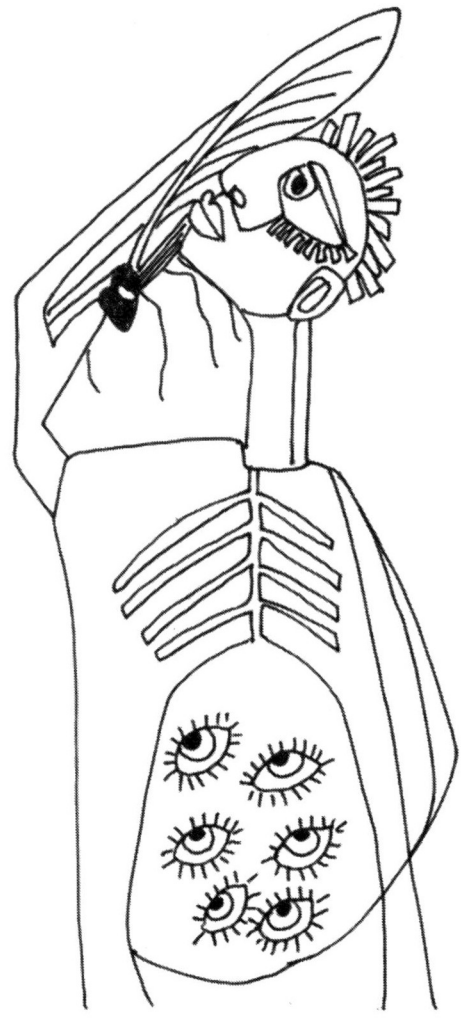

விடாப்பிடியாக பேசிக் கொண்டிருந்த பேச்சு போலிசுக்கு எரிச்சலூட்டியது. கருத்த முகத்தோடு காய்ந்த தலையில் நின்றிருந்த இருளப்பனை வெறுப்போடு பார்த்தான் அவன்.

“டேய் அய்யாவே கையெழுத்து போட்டுச் சொல்லி அனுப்பினாரு, கௌம்புடா”

“அய்யா, வர முடியாது அய்யா”

அவன் பளீரென முகத்தில் அடித்த மாதிரி சொன்னதும் புழுவாய் நெளிந்தான் போலிசு.

“தேடி வந்து கூப்புடுறேன், இன்னாடா கெராக்கி பண்ற?”

“மெரட்டிறீங்களா, இன்னா செய்யப் போறீங்க இப்போ?”

அவன் திரும்பப் பதில் கொடுத்தான்.

“நீ இப்போ வறியா… இல்லியா…?”

“வர முடியாது அய்யா, உள்ள தள்ளப் போறீங்களா? தள்ளுங்க, வேலய வுட்டு எடுக்கப் போறீங்களா எடுங்க… இல்ல ஒதைக்கப் போறீங்களா ஒதைங்க, என்னைச் சாவடீங்க; எத்தனையோ சாவப் பாத்துட்டன்; எல்லாத்துக்கும் துணிஞ்சவன் நான்…”

அவனது வார்த்தையில் பிடிவாதம் இருந்தது. போலிசும் காவலாளியும் ஒருவரையொருவர் பார்த்துக் கொண்டனர். காவலாளி தயங்கிபடியே சொன்னான்.

“அய்யாதான் யாரும் கெடைக்கலன்னு உன்கிட்ட அனுப்பினாரு”

“எனக்கு வொடம்பு சரியில்ல; ஜொரம் தோ ஒடம்பத் தொட்டுப் பாரேன்”.

“சரி சரி கோச்சுக்காதப்பா ஏதாச்சும் வேணும்னா ஸ்டேசன்ல சொல்லி வாங்கித்தர்றேன்”

“நெசமாத்தான் சொல்றேன்ங்க”

“கொஞ்சம் எனக்காக வாப்பா”

போலிசு சற்று இறங்கி வந்து பேசினான். அவனும், அவனது பரிதாப நிலையை எண்ணி இரக்கப்பட்டான். அதற்குள் வள்ளி ஓடி வந்து என்னவோ ஏதோ என்று விசாரித்து மனதை தைரியப்படுத்திக் கொண்டாள்.

வண்டி மாட்டை ஓட்டிக் கொண்டு அதில் கடப்பாரையும் மண்வெட்டியும் போட்டுக் கொண்டு வந்து பேருந்து நிலையத்தோரம் நிறுத்தினான். வாகனங்கள் வழிக்காகச் சத்தம் செய்ய, சற்று ஒதுக்கி நிறுத்தினான்.

அதற்குள் போலிசு ஓடி வந்து அவனை அழைத்துப் போய் பிணம் இருக்கும் பகுதியை எட்டி இருந்து காட்டினான். கிட்டே வர முடியாத அளவிற்கு முகம் சுருங்கி நெளிந்தது அவனுக்கு.

பிணத்தைச் சுற்றி இருபது அடி தூரத்திற்குப் பயணிகள் யாருமே நிற்கவில்லை. இருளப்பன் நெருங்கியதும் வாடை குபீர் என்று முகத்தில் அறைந்தது. பிணம் மழையில் நனைந்து பொதபொதவென்று ஊறி நசநசத்துப் போயிருந்தது. விடுவிடுவெனப் போன வேகத்தில் திரும்பி வந்தான். உடல் லேசாக நடுங்க ஆரம்பித்தது, போலிசுக்கு அதிர்ச்சி எற்பட்டது.

“ஏம்ப்பா ஏன்”

“மொகம் குடுத்துக் கிட்ட நிக்க முடியல, அய்யா”

“யாரயாவது கூட கூப்டு வந்திருக்கலாம்ல”

“யாருங்க வருவாங்க, ‘செத்தவன்து செமந்தவன் தலயிலதான்’, தோ நான் கொஞ்சம் போய் வந்துடறன் அய்யா”

அவன் சொல்லிவிட்டுப் பாக்கெட்டைத் துழாவினான். பேருந்துக்குப் போகிற வருபவர்கள் இதைப் பற்றி கவலைப்படாமல் அவரவர்களின் இலக்கு பேருந்தை நோக்கியே இருந்தது. போலிசு, காலையிலேர்ந்து லோல்பட்டு லொங்கழிஞ்சும் இன்னும் வேலை முடியாமல் உள்ள நிலையை எண்ணிச் சங்கடப்பட்டான்.

“எங்க போற”

“ரவ சரக்கு சாப்டுறன் அய்யா, இல்லாட்டி பொண நாத்தம் கொடலப் புடுங்குது”

அவனது குரல் தாழ்ந்து ஒலித்தது.

“சரி இந்தா பத்து ரூபா இருக்கு”

“வேணாம் அய்யா!”

“பரவாயில்ல போயிட்டு வா”

அவன் சற்று சங்கடத்தோடே வாங்கிக் கொண்டு அருகேயுள்ள குட்டை முள்ளுத் தோப்புப்பக்கம் போய் வந்தான். மாடு வண்டியோடு அசைபோட்டுக் கொண்டு நின்றிருந்தது. இருளப்பன் தலையில் கட்டியிருந்த அழுக்கேறிப்போன வெள்ளைத்துண்டை அவிழ்த்து வாயை அழுத்தித் துடைத்துக் கொண்டு வேக வேகமாக நடந்து வந்து சேர்ந்தான்.

“கோச்சுக்காதீங்க அய்யா, தோ போயிடலாம்”

அவன் வந்த வேகத்தில் பிணத்தோரம் வந்து நின்றான். வயதான கிழவனின் தோற்றம். பிணவாடை சிலுசிலுப்பான காற்றில் குப்பென்று கிளம்பியது. அவனது நெஞ்சு படபடக்க முகம் வியர்த்துப் போன மாதிரி இருந்தது.

கால்களில் ஒரு கயிற்றைக் கட்டி வண்டியைச் சாய்த்து மேலே இழுத்தான். பிணம் கனத்து கைகள் இறுகி வலித்தது. வண்டியின் மேல் நின்று இழுத்து வண்டியைச் சாய்த்தான். பிணத்தின் முதுகுப்பக்கம் சிராய்த்து சதைகள் பிய்ந்து லேசாகத் தொங்கியது. போலிசு தூரமாய் நின்று சகித்துக் கொள்ள முடியாமல் கத்தினான்.

“ஏம்ப்பா… நான் சுடுகாட்டுகிட்ட நிக்கறேன்…”

“ஆங்… ஆங்…”

இருளப்பன் மாட்டு வண்டியைத் தட்டுத்தடுமாறி ஓட்டி வருவதற்குள், சுடுகாட்டு வாசலில் போலிசு போய்ச் சேர்ந்திருந்தான். வண்டியைச் சுடுகாட்டின் தெற்கே கடைசியில் பனைமரத்தோரம் நிறுத்திவிட்டு மண்வெட்டி, கடப்பாரையை எடுத்து வெளியே ‘நங்’கென்று தூக்கிப் போட்டான்.

“அங்கதான பொதைக்கிற”

போலிசு எட்டி நின்று குரல் கொடுத்தான்.

"மேலாக்க நோண்டி பொதைச்சிடாத, கொஞ்சம் ஆழமாப் பொதைக்கணும், தெரிதா..."

"ஆங்... ஆங்"

அவன் கடப்பாரையை வலுவாகப் பிடித்து வேலை செய்ய உடம்பில் அப்போது வலுவில்லை. லேசாகக் குத்தி ஈரப்பதமாக இருந்ததால் மண்வெட்டியால் கொஞ்சம் கொஞ்சமாய்ப் பள்ளம் தோண்டினான். பிணத்தைக் குழிக்குள் இழுத்துப் போட்டு மண்ணை மூடிப் புதைத்துவிட்டு வண்டியை ஓட்டிக் கொண்டு வெளியே வந்தான். மோட்டார் வண்டியின் மேல் தலையைக் கவிழ்த்திருந்த போலிசு ஏதோ யோசனையிலிருந்து திரும்பினான்.

"போலாமா..."

"ஸ்டேசனுக்கு வந்து போ, ஒரு கையெழுத்து போட்டுடு; அப்படியே அய்யாகிட்ட ஏதாச்சும் வாங்கித் தர்றேன், ம்"

போலிசு 'அப்பாடா' என்று பெருமூச்சுவிட்டபடி காவல் நிலையம் நோக்கி விரைந்தான்.

இருளப்பனுக்கு உடம்பு மீண்டும் பழையபடி காய்ச்சல் அதிகரிக்கத் தொடங்கியது. உடல் மீண்டும் நடுங்கத் தொடங்கியது. கண்களிலிருந்து ஆவிபறந்தது. தொலைந்து போன பிணவாடை இன்னும் அவனையே சுற்றிக் கொண்டிருக்கிற மாதிரியான உணர்வு. மாட்டை அடித்து வண்டியை வேகமாக ஓட்டினான் இருளப்பன்.

□ எழுச்சி தலித் முரசு, பிப். 2002

வலி

காலை நேரத்தில் பனி மென்மையாக இறங்கிக் கொண்டிருந்தது. கண்ணுக்கு எட்டிய தூரத்திற்குப் பிறகு பனிப்புயல் வீசுவது போல் பிரமை. தூரத்தில் நெல் அரைக்கும் மிஷின் கூட மறைந்து போயிருந்தது. நாயர் டீக்கடையைக் கூடத் தேடிப் பிடிக்க வேண்டும். சின்னக்கண்ணு எழுந்து சுற்றிலும் நோட்டம் விட்டுவிட்டு தண்ணீர்ப் பானையைக் கவிழ்த்தான். தண்ணீர் சில்லிட்டிருந்தது. எடுத்து முகத்தை ஒத்தடம் கொடுப்பது போல் கழுவினான்.

நாயின் சத்தம் குடைந்தெடுத்தது, பின்னாலேயே குடுகுடுப்பைக் காரன். இவனுக்கு வேறவேலை இல்லையா. இங்குதான் வர வேண்டுமா என்று தோன்றியது. டவுனுப் பக்கம் ஊருக்குள் நாலு பணக்காரர் வீட்டுக்கு அடித்தால் ஏதாவது மடியில் அரிசியோ காசோ கனமாய் விழலாம். அதெல்லாம் காலம் மாறிப் போச்சு என்ற பாவனை தெரிந்தது. ஏழைகள் வீட்டில் என்ன கிடைக்கும்? ராவோடு ராவு சோறாக்கித் தின்பதற்கே இங்க படாதபாடு பட வேண்டியுள்ளது.

புண்ணியக்கொடி முக்கல் முனகலுடன் வெளியே எழுந்து வந்தாள். பிரசவ நேரம் அவள் ஜீவனை வதைத்துக் கொண்டிருந்தது. ஏன்தான் இந்தச் சனியன் இப்படி வந்து தொல்லக் குடுக்குதோ என்கிற மாதிரியான வேதனை அவளுக்கு. சின்னக்கண்ணு அரிசிப் பானையைக் கழுவ ஓடினான். “தே இங்கப் பாருதே, ஏன் அப்படி ஓடுற. அங்க இன்னாக் கெடக்குது. நேத்தே அரிசி பாய் கடையில ஒரு கிலோ கடன் வாங்கியாரச் சொல்லித்தான் சோறாக்கினேன்”.

அவனுக்கு அவளது நிலைமையை முழுமையாய் உணர முடியவில்லை.

"நல்ல காலம் பொறக்குது".

சின்னக்கண்ணு வெளியே வந்து கைலியைத் தூக்கிக் கால்சட்டையில் கைவிட்டான். இடுப்பில் தடவினான். சட்டைப் பையில், உள்பையில் எனத் துழாவினான். அணைந்து போன பீடியும், தீப்பெட்டியும்தான் மிஞ்சியது.

"இந்த வீட்டில் ராஜா மாதிரிப் பையன் வரப் போறான்; சொத்து சேரப் போவுது; அய்யாவுக்குச் சொத்து சேரப் போவுது".

புண்ணியக்கொடி பானையைக் கையைக் காட்டினாள். மீண்டும் அடுக்குப் பானைகளில் கையை விட்டான். மிளகாய், பூண்டு, கருவேப்பிலை என்று காய்ந்தும் வதங்கியும் போயிருந்தன. துணிகள் சுருட்டிக் கிடந்தன. வெளியே வந்து பக்கத்து வீட்டில் பொம்மி அக்காவை எழுப்பிக் கேட்டான். அவள் காலையிலேயே முகம் சுளித்தாள். "சக்கிலித் தெருவுக்குத்தான் வருவானுங்க இந்தக் குடுகுடுப்பக்காரனுங்க அவனுக்கும் வேல இல்ல; உனக்கும் வேற வேல இல்லடா".

அவனுக்கு ஒன்றுமில்லை என்று சொல்ல மனம் வரவில்லை. குடுகுடுப்பைக்காரன் காலையில் எது சொன்னாலும் பலிக்கும் என்று யாரோ சொன்னதாய் ஞாபகம் வருகிறது. காசில்லை என்றால் திட்டிவிட்டுப் போய்விடுவான். அதிலும் புண்ணியக்கொடி சின்னப் பொண்ணு. முதல் பிரசவம். சாபம் விட்டால் தாங்கமாட்டாள். மீண்டும் பக்கத்து வீட்டார் கோவிந்தன் தாத்தாவிடம் ரிக்ஷா சவாரி போய் வந்து கொடுத்திர்றேன்னு கேட்டதும் நாலாணாவைக் கொடுத்தார். குடுகுடுப்பைக்காரனின் சந்தோசத்தைவிடச் சாமிக்கண்ணுக்கு உள்ளம் மகிழ்ந்தது. உச்சி குளிர்ந்தது. அவன் தொடர்ந்து வீடு கட்டப் போவதாய், மாடு வாங்கப் போவதாய், சொந்தமாய் ரிக்ஷா வாங்கப் போவதாய், இப்படிப் பல அதிர்ஷ்டங்களை அள்ளித் தெளித்து விட்டதை மனைவி சொன்னாள்.

"இந்த வீட்டில் ராஜா வர்ற அதிர்ஷ்டம் எல்லாம் ஜெயமாய் நடக்கும்..." அவன் சொல்லிக் கொண்டே பொம்மி வீட்டுக்குப் போனதும் அவள் வாயில் வந்தபடி அவனைத் திட்டினாள். "சனியன் வந்திருக்கு, இந்தம்மா வீட்ல சனியன் வந்..."

நாயின் இரைச்சலும் குடுகுடுப்பைச் சத்தமும் ஓய்ந்தது. அவன் கிளம்பினான். இன்றைக்கோ நாளைக்கோ பிரசவம் என்கிற மாதிரி அவள் வலியால் துடித்துக் கொண்டிருந்தாள். உட்கார முடியவில்லை. படுக்கவும் நடக்கவும் கூட இயலவில்லை. மாறி மாறி வேதனைப்பட்டுக் கொண்டிருந்தாள். ரிக்ஷா இழுக்கப் போக வேண்டாம் என்று சொன்னால் சாப்பாட்டுக்கு வழி இருக்காது என்று சவாரிக்குப் போய்ச் சீக்கிரம் திரும்பி வரும்படிச் சொன்னாள்.

அவனும் மாமூலாய் ஓட்டும் சவாரிகளை மட்டும் அடித்துவிட்டுத் திரும்புவதாகச் சொல்லிக் கிளம்பினான். போகும் போதே பொம்மி அக்காவிடம் 'செத்தப் பாத்துக்கக்கா' என்று அழுவாத குறையாகக் கிளம்பினான். அநாதையாய் ஓடி வந்ததும், பொம்மிதான் ஆதரவு கொடுத்தாள்.

வெயில் உச்சிக்கு எட்டியது. மண்டையைப் பிளக்கும் வெயில், சின்னக்கண்ணு எங்கு லோல் படுகிறானோ என்ற நினைப்பு எழுந்தது. எட்டி பானையில் சொம்பை விட்டு ஒரு சொம்பு தண்ணீரை மொண்டு கொஞ்சம் குடித்தாள். "காலைல ஏதாச்சும் சாப்பிட்டாயா" என்றாள் பொம்மி. ஒன்றுமில்லை என்று தலையை ஆட்டினாள். பொம்மிக்கு கோபம் வந்தது. "இட்லி விக்கறவ வந்தா வாங்கித்தின்னுருக்கலாம் இல்லையா".

"அவரு மத்தியானம் பட்டசோறு வாங்கியாருவாருக்கா"

"அவன் எப்ப வாங்கியாரது, நீ எப்ப சாப்பிடறது? இந்தா இந்த ரெண்டு இட்லியாச்சும் சாப்டு".

வாய் குமட்ட, கஷ்டப்பட்டு உள்ளே தள்ளினாள். வலி அதிகமாகிக் கொண்டேயிருப்பதைப் பொம்மியால் புரிந்து கொள்ள முடிந்தது.

காலை நீட்டிப் படுக்க வைத்திருந்தாள். தூரத்தில் இட்லி காசு கொடுக்காமல் கடன் இருப்பதைக் கேட்டு சண்டை மும்முரமாய் இருந்தது. அவனுக்குக் கூட சின்னக்கண்ணு பன்னிரெண்டு ரூபாய் கொடுக்க வேண்டும். இதெல்லாம் சவாரியில் மாச காசு கெடைக்கும் போதுதான் குடுக்க முடியும். தெனமும் கூலி நல்லா கெடைச்சாப் பரவாயில்லை. கடனே இல்லாம புள்ளக் குட்டிக்கு ஒண்ணோ ரெண்டோ மிச்சம் புடிக்கலாம்.

வீட்டுக்காரனுக்குக் கூடுவார் கூட வேற சிநேகம். சாராயம் குடிக்கும் பழக்கம் உண்டு. தெருவுல யார்தான் யோக்கியம்? அவன் அவன் மூட்டத் தூக்கப் போனாலும் கார்பரேசன்ல கூலி வேல செய்யப் போனாலும் சரி, டவுன்ல எங்கெல்லாம் பாடுபட்டு வந்தாலும் குடி, சீட்டாட்டம் இப்படித்தான் நடக்கும். நடுவுல ஏதாவது காரணம் வெச்சு போலிசு புடிக்கும். பத்தாததுக்கு அதுக்கும் நடக்கணும். சொந்த பந்தங்களுக்குள்ள காசுக்குப் பிரயோசனம் இல்லாத சண்டை நடக்கும். சமாளிச்சுத்தான் குடுத்தனம் நடத்தணும்.

“ஏண்டி வூட்டுக்காரன் இன்னுமா திரும்பல. அவன் இன்னா இப்டி இவளப் போட்டுட்டு வெளயாடறான்”.

புண்ணியக்கொடி, பொம்மியின் குரல் கேட்டுத் திரும்பினாள். அருகே அழைத்தாள். கையை அழுத்திப் பிடித்தாள். பொம்மிக்குக் கண் கலங்கியது. நானும் நாலு புள்ள பெத்தேன். இப்படிக் கஷ்டப்படல. பாவம் சின்னப் பொண்ணு, எப்படி அலர்றாப் பாரு, பொம்மி குலை நடுங்கப் பார்த்தாள்.

மகன் அண்ணாமலையை அழைத்துப் பானை வைத்திருக்கும் மூலையில் உள்ள பாட்டிலை எடுத்து வாங்கி வரும்படி அஞ்சு ரூபாயைத் தந்தாள். அவனுக்கும் கையில் அய்ம்பது பைசாவைத் தனியாகக் கொடுத்ததும் ஏற்கனவே வாங்கிப் பழக்கப்பட்டவன் போல் துள்ளி ஓடினான். சாராயத்தை ரெண்டு கிளாசில் ஊற்றி இருவரும் குடித்தார்கள்.

பொம்மிக்குச் சற்று நிம்மதி. புண்ணியக்கொடியிடமிருந்து முன்புபோல் விகாரமான சத்தமோ அலறலோ இப்போது கிடையாது. சுருதி குறைந்திருந்தது. போதை மயக்கம் சற்று இதமாய் இருந்தது. பொம்மியைக் கருணையோடு பார்த்தாள். எங்கெங்கே வலிக்கிறது என்று கையால் தொட்டுக் காட்டினாள். அவளை விட்டு நகர்ந்து விடக்கூடாது என்று கெஞ்சிக் கேட்டுக் கொண்டாள்.

பொழுது இருட்ட இருட்ட வலி இன்னும் கூடுதலானது. அவரு இன்னும் வரலியா, வரலியா என அடிக்கடிக் கேட்டுக் கொண்டாள், புண்ணியக்கொடி.

“இவென்லாம் குடுத்தனம் பண்றதைவிட வேற தொழிலு பண்ணலாண்டி. எனக்கு நல்லா வாயில வருது. இவென்லாம் ஒரு சம்சாரியா, ச்சீ...”

பிரசவ நேரத்தில் பொண்டாட்டி கூட இல்லாம அப்டி இன்னா இதுல வேல இவனுக்கு. பொம்மி அக்கம் பக்கம் ரெண்டு மூன்று பொண்ணுங்களைக் கூப்பிட்டு வந்து உட்கார்ந்தாள். சற்று நேரத்தில் அவளின் அலறல் அதிகமாய் ஓலமாய் மாறியது. கூட இருந்த பெண்கள் பயந்து போய் விட்டார்கள். பொம்மிக்குச் சற்று நேரம் ஒன்றும் புரியவில்லை. ஆஸ்பத்திரிக்கு கூட்டிப் போகக் கூட முடியாது. ரிக்ஷா உட்பட டாக்டருக்கும் பணம் கொடுக்க வேண்டும்.

அவள் வலியால் துடிக்கத் துடிக்கக் குறியைக் கையால் லேசாய்க் கிழித்துக் குழந்தையை எடுத்தாள். புண்ணியக்கொடியின் உடல் குலுங்க ஆரம்பித்தது. இரத்தம் துடைக்க துடைக்கக் கொட்டிக் கொண்டிருந்தது. “வேணாக்கா பெரிய ஆஸ்பத்திரிக்கு கூட்டிக்கினு போலாம்” என்று பெண்கள் கூப்பாடு போட ரிக்ஷா வைத்து ஏற்றிக் கொண்டு வந்தார்கள்.

வேண்டா வெறுப்பாக அரசாங்க ஆஸ்பத்திரி அவளை ஏற்றுக்கொண்டது. குண்டு நர்ஸம்மா தொப்பை குலுங்கத் திட்டினாள்.

“அதுக்குன்னு இப்பாடியாடி, பற புத்தி அர புத்தின்னு சொல்றாங்களே சரியாத்தான் இருக்குது. சீ... முடியலைன்னா தூக்கியார வேண்டியதான, உன்ன எவடீ கையை வுட்டு கிழிக்கச் சொன்னது. பாவம் பாஞ்சி வயசு கூட ஆவல. எப்படி அலர்றா தெரியுமா. எங்கடீ அவ வூட்டுக்காரன்?”

அவன் காலையில் போய் இன்னும் திரும்பாததைச் சொன்னதும், டாக்டர் வரட்டும் ஊசி வாங்கியாந்துதான் போடணும் என்று காசு பாத்துக்கிட்டு வரச் சொல்லி எச்சரித்து வெளியே அனுப்பினாள். பொம்மிக்கு வேர்த்து விறுவிறுத்தது. வெளியே வந்தாள். குடி மயக்கம் எங்கோ பறந்தது. ஜன்னி வெச்சு செத்துப் போயிடப்போறா என்கிற பயம் இன்னும் அதிகமானது. மீன் செதில்களாய்க் கற்கள் குத்திட்டு நிற்க ரோட்டை வெறித்துப்

பார்த்தாள். அரை வெளிச்சத்தில் சின்னக்கண்ணு ஓடி வருவது தெரிந்தது. புடவையை வரிந்து இடுப்பில் சொருகினாள்.

“ஏண்டா, நீ எல்லாம் ஒரு மனுசனா, அவ சாவ பொழைக்க கெடக்றா பாரு, ஊரு சுத்திட்டு வர்றியே”.

“இல்லைக்கா, காலைல சிமெண்ட் மூட்ட சவாரி அடிச்சேன். பிரிட்ஜுக்கு அப்பால சவாரி போவணும். மோட்டுல பாரம் தாங்காம ஒடிச்சிகிச்சு. அதான் மொதலாளிகிட்ட கொண்டு போய்ச் சேக்கறதுக்குள்ள படாதபாடு ஆயிடுச்சு. இதுக்கே முந்நூறு ரூபா, எண்ணி வெச்சுட்டு நவுருடான்றான். வீட்ல இது மாதிரின்னு நானூறு ரூபா கேட்டேன். வாய்க்கு வந்தபடி திட்றான்...”

வந்தா எல்லாம் சேத்துதான் வரும். அதுவும் பிரச்சினையாத்தான் வரும். நன்மையா எங்க வரப்போவுது. ஆஸ்பத்திரி வாசலில் ஒருவனுக்கு ரத்தம் சொட்ட ஒரு கும்பல் வந்து சேர்ந்தது. சின்னக்கண்ணு உள்ளே சென்று ஓடிப்போய் மனைவியைப் பார்த்தான். குழந்தை கண்களை குறுக்கிக் கொண்டிருந்தது. தொட்டுத் தடவிப் பார்த்துச் சிரித்தான். புண்ணியக்கொடி நெளிந்து கொண்டிருப்பதை நர்சம்மாவிடம் சொன்னான். வலி ஜீவனை வதைத்தது.

“வாடாப்பா வா..., நீதான் அவ வூட்டுக்காரனா?”

“ம்...”

“இன்னாம் மூஞ்ச பாரேன், உம்முனா மூஞ்சியாட்டம். மொளைச்சி மூனு எல வர்ல, உனக்கெல்லாம் ஏண்டா கல்யாணம்?”

“இல்ல...”

“என்ன இல்ல... அப்ப சேத்துக்கிட்டயா?”

“இல்லம்மா நான் ரிக்ஷா ஓட்றன். ரிக்ஷா ஒடிஞ்சிப் போச்சு. அதான் வர லேட்டாச்சு”.

“ஆமாம் இங்க வந்தாதான் ஆயிரத்தெட்டு பொய். குடிச்சுபுட்டு தெம்மாங்கு மாதிரி எங்கனா தூங்கியிருப்பே. மூஞ்சிதான் தெரியுதே. உனக்கெல்லாம் ஏன் டா பொண்டாட்டி, தோ

பாருடா, டாக்டர் வந்து ஊசி போட்டிருக்காரு. இந்தா சீட்டு. வெளியிலே இந்த ஊசிய வாங்கியா".

இவன் சீட்டை வாங்கி உற்றுப் பார்த்தான். கோலப் பின்னல்களாய் எழுத்து வளைந்திருந்தது.

"இன்னா பாக்கிற, எல்லாம் எண்பது ரூபா ஆவும். பொண்டாட்டி, வேணும்னா வாங்கிதான் ஆவணும். ஆஸ்பத்திரில மருந்தில்ல ஓடு..., ஓடு..."

அவன் சீட்டை மடித்து வெளியே வந்தான். பொம்மியிடம் ரெண்டு பெண்கள் நெருங்கி நின்றிருந்தார்கள். அவன் கலக்கத்தோடு இருப்பதைப் பார்த்தாள். அவன் சீட்டை எடுத்துக் காண்பித்தான். 'எப்படியாச்சும் காசு பெரட்டிகிட்டு வர்றேன்கா' எனத் திசை தெரியாமல் ஓடத் தயாரானான். பொம்மியும் அவனது அடுத்த கட்டச் செயலைத் துரிதப்படுத்தி, "நாங்க பாத்துக்கறோம். சீக்கரமா வா..." என்றாள். அவன் அதிக பீதியுடன் பொம்மியிடம் மீண்டும் கேட்டான்.

"ஏன்கா புண்ணியக்கொடி உசிருக்கு..." அவன் குலுங்கி குலுங்கி அழுதான்.

"அடச்சீ போடா... காரி கொத்தா மூஞ்சில முய்யப் போறேன். நெலம புரியாம அய்துகினு நிக்கிறான், போய் சீக்கிரம் வாங்கியார வழியப் பாருடா".

பொம்மி தொடர்ந்து புலம்பிக் கொண்டிருந்தாள்.

□

சிதறல்கள்

அவன் ஆழ்ந்த நம்பிக்கையோடுதான் கடைவிரிக்க ஆரம்பித்தான். எப்படியும் இங்காவது ஆட்களை வளைத்துப் பிடித்து விடலாம் என்கிற எண்ணம் உள்ளுக்குள் வலுத்தது. இன்றைய பொழுதின் உயிர்நாடியே இங்குதான் இருக்கிறது. அவன் நெஞ்சின் இறுக்கம் கலைந்து துரிதமாய்ச் செயல்பட்டான்.

தொடர்ந்து இரண்டு இடங்களில் வைத்துப் பார்த்தான். யாரும் வருவதாய் இல்லை. ஆஞ்சநேயர் கோயில் குளத்தைச் சுற்றி நிறைய வண்டிகள் வந்து நிற்கும். வெளியூர் வண்டிகள், ஊரிலிருந்து காய்கறி, மளிகை சாமான் எனச் சிற்றூர்களுக்கு மொத்தமாக வாங்கி எடுத்துச் செல்வதற்கு வந்து குளத்தைச் சுற்றி நிற்கும்.

'பில்லூர் முனுசாமி' லாடம் என்றால் அந்தப் பகுதி வண்டிக் காரர்களுக்கும் சரி, வெளியூரிலிருந்து வரும் வண்டிக்காரர்களுக்கும் சரி, பிடிக்கும்படி இருக்கும். தொழில் சுத்தம் இருக்கிறதோ இல்லையோ, பேசும் பேச்சில் சுத்தம் தெரியும். ஊரையே வளைத்துப் பேசுவான்.

அதற்குத் தகுந்தாற்போல 'லாடம்' அடிக்க மாட்டைக் கொண்டு வரும் போது, "இதப்பாரு முனுசாமி, போன தடவ அவசரத்தில் அந்த ஒதவாக்கர கோவிந்தன் கிட்ட அடிச்சேன்; உடம்புல இரத்தம் இருந்தாதான் அடி பலமா விழும்; தோ பாரு ஆணி கழட்டிக்கிட்டு லாடம் நிக்கில. மாடு வேற நொண்டுது" என்பார்கள்.

"அதப்பத்திக் கவலப்படாதீங்க, அருமையா வேலய முடிச்சிர்றேன். தோ பாருங்க லாடம், ஆணியெல்லாம் மெட்ராசிலேர்ந்து வர்றது. நம்மகிட்ட காசு பிரச்சின இல்ல, தொழிலுதான் முக்கியம்.

பணம் இன்னிக்கு போவும் நாளைக்கு வரும். மனுசன் நாலு பேர் நம்மளத்தேடி வரணும். இன்னா சொல்ற" என்பான். அவன் சொல்லுவது போல் விரித்து வைத்த சாக்குப் பையில் ஆணிகளும் லாடங்களும் வெவ்வேறு அளவுகளில் பளபளவென மின்னிக் கொண்டிருக்கும். உள்ளூர்க்காரன் மட்டமான லாடங்களையும் ஆணிகளையும் வரவழைத்து விற்பதைப் பலர் வாங்கி ஏதோ அன்றைக்குப் பொழுதைக் கச்சிதமாய் முடித்துவிட வேண்டும் என்று துடிப்பார்கள்.

முனுசாமிக்கு அப்படி எண்ணமில்லை. உள்ளூரிலேயே கொஞ்சம் கூட ஆனாலும் விலையுயர்ந்த லாடங்களை வாங்கித் தொழில் செய்வான். ஆணிகளும் அவ்வளவு சீக்கிரம் ஒடிந்து போகாது. என்னதான் மாடுகள் ஓட்டம் ஓடினாலும் ஆட்டம் ஆடினாலும் உடும்புப்பிடியாக நகங்களைப் பிடித்துக் கொள்ளும் லாடங்களோடு ஆணிகள். தொழிலில் குறை இல்லாதவாறு தனது கற்பனையைச் செலுத்தி தனது அப்பா சொல்லிக் கொடுத்த அத்துணை வேலைப்பாடுகளையும் திரட்டி இடையிடையே ஏராளமான பேச்சுகளோடு ஆளையும் சேர்த்து வளைத்துப் போட்டு விடுவான்.

அன்றைக்குப் பார்த்து ஒருவனும் வந்து தமது பிடியில் சிக்காதவாறு விலகி விலகி நின்றது அவனுக்கு வருத்தம் ஏற்பட்டது.

"என்ன கோபாலு ரொம்ப நாளு ஆச்சே மாடு இன்னா சொல்லுது?"

"வா, வா முனுசாமி சவுக்கியமா? மாடு இன்னா சொல்லுது; விக்கிற வெலவாசில அதுக்குத் தீனி கூட எட்டல, பேசாம வித்திட்டு வேற கூலி வேல செய்யலாம்".

"ஆமாமாம், முன்ன மாதிரி சுறுசுறுப்பா இல்லியே உன் மாடு".

"எப்படி சொல்ற?"

"பாத்தாதான் தெரிதே, காலெல்லாம் குச்சி மாதிரி கெடக்குது".

"இன்னா செய்றது, இதவெச்சிக்கிட்டுதான் நானும் பொழப்பு நடத்துறேன்".

"ஆமாம் எப்ப லாடம் அடிச்சே, ஆறு மாசம் இருக்காது?"

“மேலேயே ஆயிடுச்சு, நீ அடிச்சதுதான். எல்லாம் போயிடுச்சு”.

“இப்ப அடிச்சிடலாமா?”

“வேணாம்பா, இந்த மாசம் நெறைய செலவு; ஒண்ணும் சமாளிக்க முடியல”.

முனுசாமிக்கு அவன் குறையைச் சொன்னதும் தன் குறையை யாரிடம் சொல்வது என்றாகிவிட்டது. இரண்டு மாட்டுக்கு லாடம் அடிச்சாலும் வர்ற காசில அரிசி, காய்கறி வாங்கிப் போய் ராத்திரியோட ராத்திரியா ஏதாச்சும் ஆக்கித் தின்றுவிடலாம். பையன் வேற வரும் போதே பட்டாணியும் வரிக்கையும் கேட்டிருந்தான். அவன் ஆசையைத் தீர்க்க வேண்டும். முழுகாமல் இருக்கும் மனைவி வரும் போதே, ‘மாங்காயும் கருவாடும் வாங்கி வாங்க. நல்லா கொழம்பு வெச்சித்தர்றேன்’, என்று தன் ஆசையை மறைமுகமாக சொல்லி அனுப்பியிருந்தாள்.

“சரி கோபாலு, இருக்கிறதக் குடுப்பா, லாடம் அடிக்கிறேன். மீதி நாளைக்கு வாங்கிக்கிறேன், எங்க போயிடப் போவுது உன்கிட்ட காசு” முனுசாமி வளைத்துப் பிடித்தான்.

“இப்ப எவ்வளவு ஜோடி மாட்டுக்கு?”

முனுசாமிக்கு உற்சாகம் அதிகமானது. கோபால் சற்று இறங்கி வருவதாகத் தெரிந்தது.

“கொஞ்சதான் ஏறிருக்கு இருவது ரூபா; ஆணி, லாடம் வெலயெல்லாம் ஏறிடுச்சி தெரியுமில்ல”

“அப்பிடியா, என்னப்பா போன தடவ பாஞ்சு ரூபாய்க்கு அடிச்சே, இப்ப இருவது இன்ற”

“சரி கோபாலு நமக்குள்ளே இன்னா, ஒரூபா சேத்துக்குடேன், ஜாமான எடுத்து வர்றேன்”.

“இரு இரு வேணாம், நாளைக்கு அடிக்கிறேன்”.

முனுசாமிக்குப் பேச்சு தளர்ந்தது. வேறு திசையில் பார்வைகள் துழாவின. “அந்தக் காலத்தில் ஒரூபா குடுத்தா ங்கொப்பன் லட்சணமா அடிப்பாரு தெரியுமா?”

“சரி, அது யாரு வண்டி முன்ன நிக்கிறது?”

“அதுவா, கோலியனூரான் வண்டி”.

“யாரு சின்னப்பன் மவனா?”

“ம்”

“கடத் தெருவுக்கு ஜாமான் வாங்கப் போயிருக்கான்”.

முனுசாமி கொஞ்சம் முன்னேறி அடுத்த வண்டி அருகே சென்றான். மாடு தன்னுள் மடக்கிக் கொண்டிருந்த கால்களை இழுத்தான். அவைகள் மிரண்டு எழுந்தன. லாடங்கள் முழுக்கத் தேய்ந்திருந்தது. சாய்வாய் நின்றிருந்த வண்டியில் ஒருவன் படுத்திருந்தான். கவனமாய் எழுப்பினான்.

“தம்பி... தம்பி...”

“என்னங்க?”

“லாடம் கட்டலாமா?”

“வேணாங்க, அப்புறம் பாக்கலாம்”.

“மாடு சரியாவே நடக்காதே?”

“எப்பேர்ப்பட்ட மாடும் என்கிட்ட நடக்கிறதின்னா, ஓடும்”.

“அப்பிடியா?”

“ம்”

“எப்படி?”

“குடுக்கிற எடத்திலே நாலு குடுத்தா ஓடாதா?”

“அதெல்லாம் பாவம், வாயில்லா ஜீவன்”.

“வாயில்லா ஜீவன்னு நெனைச்சுதான் தண்ணீ காட்டறோம். தீனி போடறமில்ல”.

“இதுமட்டும் போதுமா, அடிக்கடி குளிப்பாட்டணும், கொம்புகள் சீவிவுடணும், லாடம் அடிக்கணும். அப்பதான் அதுங்க தெம்பா இருக்கும், இல்ல நிறைய வியாதி வரும் தெரிமா?”

“நம்ம வியாதிய கவனிக்கவே முடியல, இது...”

“அப்படியெல்லாம் சொல்லாத தம்பி. இதுங்கள வெச்சுதான பொழப்பு நடத்துறோம்”.

“ஏங்க இப்ப காசில்ல, அப்புறம் பாத்துக்கலாம்” அவன் வெடுக்கென சொல்லிவிட்டு படுத்துக் கொண்டான். எவ்வளவு நன்மை தீமைகளை எடுத்துச் சொல்லியும் அவன் பிடி கொடுப்பதாய் இல்லை. அடுத்தடுத்து வண்டிகள் வரிசையாய் நின்றிருந்தும் ஒருவரும் ஆட்கள் இல்லை. குளத்தோரம் நிறுத்தி வைக்கப்பட்டிருந்த சைக்கிளைத் தள்ளிக் கொண்டு சாக்கு மூட்டை பின்னால் வைத்தபடி உள்ளதா என்பதைப் பார்த்துக் கொண்டு அடுத்து அவன் கடை போடும் இடத்திற்கு வந்தான்.

பூங்கா சந்தில் வரிசையாக வாடகை வேன்கள் நிறுத்தப்பட்டிருக்கும். சற்று தூரத்தில் மரத்தடியில் வண்டியை நிறுத்திவிட்டு, மெயின் ரோட்டில் போகும் வரும் வண்டிகளைப் பார்த்தபடி நின்றிருந்தான்.

தூரத்தில் செங்கல் ஏற்றிக் கொண்டு டயர்வண்டியில் ஒருவன் எதிரே வந்தான். தெரிந்தவன்தான். இந்த மாடு பொல்லாத மாடு. ஏற்கனவே லாடம் அடிக்கும் போது நெஞ்சில் விட்ட அடியில் ஒருமாதம் பிழைப்பின்றிக் கஷ்டப்பட்டது நினைவுக்கு வந்தது.

“என்னப்பா கட்டிடலாமா?”

அவன் புரிந்து கொண்டான்.

“அவசரமா போய் எறக்கணும்?”

“பத்து நிமிசத்தில் அடிச்சிர்றேன், மாடு பாரு எப்படி போவுது இந்த வெய்யில்ல?”

“வேணாம் ஆளுங்க கட்டடத்தில் நிக்கும். கல்லும் போவணும், நாளைக்குப் பார்க்கலாம்”.

காலைலேர்ந்து டீ தண்ணிக்குக் கூட வழியின்றி, சாப்பிடவும் வழியின்றி அரை மயக்கத்திலிருந்தான் முனுசாமி.

ஒவ்வொரு வண்டிக்காரனும் ஒவ்வொரு சோகக் கதையைச் சொல்லிவிட்டுப் போனான். 25 ரூபா வட்டிக்காரனிடம் வாங்கி, ஆணியும் லாடங்களும் வாங்கி வைத்தது அப்படியே இருக்கிறது. அவனுக்கும் பொழுது போய் பதில் சொல்ல வேண்டும். இல்லாவிட்டால் அவன் வாயில் வந்தபடி திட்டுவான். பொழுது சாய நின்று ஒருவனும் சிக்கவில்லை. பிறகொரு யோசனை வந்து புத்துணர்ச்சி பெற்றவனாய் சைக்கிளைத் தள்ளிக் கொண்டு கிளம்பினான்.

சைக்கிள் அவன் ஓட்டுவதைவிடத் தள்ளிக் கொண்டு போவதுதான் அதிகம். முன் டயர் வெடித்து அது தைக்கப்பட்டிருந்தது. பின்னால் டயர் காற்றடித்துக் கிழிந்ததில் உப்பிக் கொண்டிருந்தது. மார்க்கெட் கமிட்டிக்கு போனான். விவசாயிகள் கொண்டு வந்த பருத்தி, மணிலா... போட்டு விட்டு இந்நேரம் பணம் பெற்றுத் திரும்பும் நேரம். ரெண்டு வண்டி மாடுகள் கிடைத்தால் போதும். இன்றைய பொழுது ஓடிவிடும். கடன்காரனுக்கும் ஏதாவது கொஞ்சம் கொடுத்துவிடலாம் என்ற லட்சியக் கனவில் வேகமாய் தள்ளிக் கொண்டு வந்தான். முழுமூச்சாய் அங்கு வந்து சேர்ந்தான்.

கமிட்டியின் வாசலில் வரிசையாய் லாரிகள் நிறுத்தப்பட்டிருந்தன. கொஞ்சம் தள்ளி அந்தச் சுவரோரம் வெற்று இடம். சைக்கிளை நிறுத்தி விட்டு சாக்கு மூட்டையை அவிழ்த்தான். பெருக்கல் குறி மாதிரி இருந்த கட்டை, சுத்தி, லாடங்கள், ஆணி என்று தனித்தனியாய் விரித்துக் கடை பரப்பி இருந்தான்.

கமிட்டியின் வாசலிருந்து வெளிவந்த ஒரு மாட்டு வண்டியைப் பார்த்துக் கையைக் காட்டினான். அவன் காதில் விழாதது போல் மாட்டு வாலைத் திருகி வேகமாய் ஓட்டினான். "லாடம் கட்டிடலாமா?"

"எவ்ளோ கேக்கற?"

வண்டிக்காரனின் கேள்வி முனுசாமியின் உள்ளம் குளிர்ந்தது.

"எல்லாரும் குடுக்கிற மாதிரி குடுங்க; வண்டிய ஓரம் நிறுத்துங்க, மாட்ட அவுருங்க".

முனுசாமி வேட்டியை இழுத்துக்கட்டிக் கொண்டு தலைப்பாகையை அழுத்திச் சொறுவினான்.

“தோ பாருப்பா, கரக்டா சொல்லிடு, அப்புறம் லாடம் கட்ன பிறகு சண்ட வேணாம்”.

“நமக்குள்ள இன்னாங்க சண்ட, நீங்களும் கூலிக்காரன். நானும் கூலிக்காரன். ரெண்டு மாட்டுக்கும் இருவது ரூபா தான். மாட்ட கொண்டாங்க.”

“வேணாம், வேணாம், ரெண்டு மாசத்துக்கு முன்னாடி கொளத்தூரான்கிட்ட அடிச்சேன், பாஞ்சு ரூபா தான். நீ இன்னா இப்படி கேக்கற?”

“தோ பாருங்க நம்மகிட்ட தொழிலு சுத்தமா இருக்கும். நகத்த சமமா சீவிட்டு ரெண்டு இறுக்கு இறுக்குனா ஆறு மாசம் ஆனாலும் லாடம் உடாது. ஒஸ்தி லாடம் வேணும்னா தோ பாருங்க. அவ்ளோ சீக்கிரம் தேயவும் தேயாது”.

“அதெல்லாம் வேணாம். பாஞ்சு ரூபாதான் தருவேன். இன்னா சொல்ற பொழுது போச்சு, நான் ஊரு போயி சேரணும்”.

முனுசாமி சற்றுத் தயங்கியபடியே, “வாங்க வாங்க” என்ற படி நிறுத்தி மாட்டை அவிழ்த்து வரச் சொன்னான்.

எந்திரமயமாக கட்டையைத் தூக்கிப் போடுவதும் சுத்தியலை எடுப்பதும் லாடங்களைக் கலைத்து தரமான லாடங்களைப் பொறுக்கி எடுப்பதும் ஆக இருந்தான். கயிற்றை எடுத்து மாட்டு முன்காலில் போட்டு சுருக்குக் கட்டி இழுத்து வண்டிக்காரன் உதவியின்றி மாட்டை லேசாய்ச் சாய்ந்து விழுமாறு செய்த பின்பு நான்கு காலையும் சேர்த்துக் கட்டி, கட்டை மேல் வைத்து நிறுத்தி நான்கு காலின் நகங்களை மருத்துவர்கள் பரிசோதிப்பது போல் ஒரு பார்வையைச் செலுத்திவிட்டு மீண்டும் தனது சாமான்களின் பக்கம் திரும்பியதும் மோட்டார் வண்டி வந்து நிற்கும் சத்தம் கேட்டு நிமிர்ந்து பார்த்தான்.

முனுசாமி எழுந்து கும்பிட்டான்.

"எடத்த காலிபண்ணு மொதல்ல" என்றபடி எட்டி உதைத்தான். பின்னால் உட்கார்ந்தருந்தவன் இறங்கி பளீர் பளீரென்று அறைந்தான். மாடு எழுந்து நிற்கத் துள்ளியது.

"கட்ட அவுறுடா, வண்டி உன்னதுதான எடு. டேய் நீ ஏண்டா பாக்குற?" என்றபடி லாடங்களை ரோட்டில் தூக்கி எறிந்தான். சைக்கிளைப் பூட்சு காலால் எட்டி உதைத்தான்.

"நாங்க போய் வருவோம். வரும்போது திரும்ப இருந்திச்சு, அப்புறம் உள்ள தள்ளிடுவேன்" வண்டி வேகமாகச் சீறிட்டுச் சென்றது.

வண்டிக்காரன் விட்டால்போதும் என்று மாட்டை அவிழ்த்துக் கொண்டு ஓடினான்.

முனுசாமி வரிசையாய் நின்றிருந்த லாரிகளைத் தாண்டி ரோட்டில் மோட்டார் வண்டி சென்ற பாதையைக் கவனித்தான். இருட்டில் அதன் சத்தம் மட்டும் கேட்டது.

சைக்கிள், லாடங்கள் பக்கம் அவன் கவனம் திரும்பியது.

கண்கள் இருட்டத் தொடங்கின.

☐

முள்ளோடை

ஆராயிக்கு மனசு தூக்கி வாரிப் போட்டது. என்ன நடக்குமோ ஏது நடக்குமோ என்று கலங்கிப் போயிருந்தாள். எதுவும் நடந்து விடக் கூடாதென்று மேலும் கீழும் பார்த்து கையால் ஒரு கும்பிடு போட்டாள்.

சின்னையன் சொல்லிவிட்டுப் போனதிலிருந்தே அவளுக்குக் கலக்கம்தான். ‘எந்த வாய வெச்சுகினு சொல்லிட்டுப் போனானோ...’ அவள் மனதிற்குள் சாபம் விட்டாள்.

இன்னிக்கு நாளைக்கு என்று வருடம் பத்துக்கு மேல் ஓடிவிட்டது. கைக்கு எட்டினது வாய்க்கு எட்டாத குறையாக இருந்தது.

புருசன் சேரிக்குள் இருந்து வாழ்ந்து முப்பது வருடமாகக் குடித்துக் குடித்து, எல்லாவற்றையும் அழிச்சதுதான் மிச்சம். நிற்க ஒரு இடம் இல்லாமல் போய்விட்டது.

ஆராயி சொந்தமாய் முயற்சி செய்து அந்த முள்ளோடைப் புறம்போக்குப் பகுதியில் ஒரு இடம் வாங்கி இருந்தாள். அதற்கு ஒரு ரெண்டாயிரத்தைக் கறாராக வாங்கிக் கொண்டான்; ஒரு பைசாகூட குறைக்கவில்லை. வட்டிக்காரனிடம் கடன் வாங்கி அப்படியே புக்காமக் கொடுத்துட்டு நின்றிருந்தாள்.

ஆனால் வாங்கின புதுசில் நிலத்தின் மேல் அவளுக்குப் பெருமையாய் இருந்தது. தலைமுறைக்கும் அவள் சொந்தமாய் எதுவும் பார்க்காமல், அந்த மண் கிடைத்ததில் சந்தோசம். கடன் இருந்தால் பரவாயில்லை, கொஞ்சம் கொஞ்சமாய் நகர்ப்புறத்தில் கட்டட வேலைக்குப் போயாகிலும் அடைத்து விடலாம் என்று தெம்பு எழுந்தது.

மூன்று பெண் பிள்ளைகளையும் அழைத்து வந்தாள்.

“ஏம்மா நாம எங்க போறம்?” பிள்ளைகள் கேட்டனர்.

“பேசாம வாங்க”

“இன்னாமா, முள்ளோடப் பக்கம் போறம்?”

“ஆமாம் பேசாம வா”

“வெளிக்கிருக்கவா”

“ச்சீ..., கம்னு வாங்க சொல்றன்”

“இன்னாதான்னு சொல்லேன்” சின்னவள் அழுதாள்.

“அழுவாதடீ, சொல்றன் ஒரு அதிசயம் பாருங்க”

அவள் முள்ளோடை வாய்க்கால் மேடுதாண்டி இறக்கத்தில் முள்ளுத்தோப்பு வழியாகப் போய் ஒரு வெற்று வனாந்திரப் பகுதியில் நின்றாள். சுற்றிலும் ஒரு பார்வை பார்த்தாள். வானம் வெளுத்துக் கிடந்தது. மனசு குளிர்ந்து மேலெங்கும் சில்லிட்டது.

“ஏம்மா நின்னுட்ட”

“இது இன்னாடி”

கைகளைக் காட்டிய பக்கம் மூன்று பேரும் பார்த்தார்கள்.

“நெலம்”

“நெலமா”

“ம்”

“இல்லடி நம்ம மண்ணு”

“நம்புள்தா?”

“ம்”

“மெய்யாலுமா?”

“ம்”

“சத்தியமா?”

“ஆமாண்டி ஆமாண்டி”

கண்கள் விரிய எல்லோரும் பார்த்தனர். ஆராயி அப்படியே கீழே உட்கார்ந்தாள். பேசிக் கொண்டே படுத்தாள். பிள்ளைகள் மூன்று பேரும் அங்குமிங்கும் ஓடி வந்து அவர்களும் சேர்ந்து படுத்தனர். மண் என்று கூடப் பார்க்காமல் அப்படியும் இப்படியுமாகப் புரண்டு நெளிந்தார்கள். மேலே ஒட்டிய மண் உதறி உதறி விழுந்து கொண்டிருந்தது.

“ஏதும்மா” பெரியவள் கேட்டாள்.

“வாங்கனது”

“காசுக்கா?”

“ம், கடன் வாங்கி வாங்கனது”

“வீடு கட்டப் போறியா?” நடுப்பெண் கேட்டாள்.

“ம், கட்டணும்”

“அய்ச்சா ஜாலிதான்” சின்னவள் எழுந்து எகிறி எகிறிக் குதித்தாள்.

முள்ளோடைப் பக்கம் வரவே பயப்பட்டுக் கொண்டிருந்த பலபேருக்கு முன் இவள் தைரியமாய் ஒரு குடிசை போட்டுக் கொஞ்சம் கொஞ்சமாய் வீட்டைக் கட்டினாள். இப்படியும் அப்படியுமாக இப்போது அங்கொன்றும், இங்கொன்றுமாய் வீடுகட்ட ஆரம்பித்து விட்டார்கள்.

ஊரிலிருந்து ஒதுக்குப்புறமாக ஒரு கல் தொலைவில் இருந்தது முள்ளோடை. முள்ளோடைப் பக்கம் போனால் உயிருக்கு உத்திரவாதமில்லை எனத் காலங்காலமாய் மிரட்டி வைத்திருந்தார்கள்.

“காட்டேரி உலாவுற எடம், அறைஞ்சா அவ்ளோதான்...” என்றெல்லாம் பயமுறுத்தி வந்தது ஒருநாள் கையும் களவுமாகப் பிடிபட்டது. மொத்தமாகச் சாராயம் காய்ச்சி டின்னில் ஊற்றிச் சுத்துப்பட்டு கிராமங்களுக்கு ராத்திரி நேரத்தில் போகும். ஒருநாள்

போலிசு பட்டாளத்தோடு வந்ததும்தான் குட்டு வெளிப்பட்டது. அதற்குப் பிறகு அந்த இடத்தில் அந்தக் காரியம் நடக்கவில்லை.

பழைய நினைவுகளை அசைபோட்டுத் திரும்பிய ஆராயியின் கவனத்தை மீண்டும் திருப்பியது அந்த சின்னய்யனின் குரல். "நெசமாத்தான் சொல்லிட்டுப் போறானா அவன்..." எனத் தனக்குள் கேள்வி கேட்டுக் கொண்டாள்.

"முள்ளோடைய காலிப் பண்ணப் போறாங்களாம், தாசில்தாரு சனிக்கெழம வர்றாராம்க்கா"

சின்னய்யன் எப்படியோ விசயம் தெரிந்து வந்து, இருக்கிற ஒவ்வொருவரிடமும் சொல்லிக் கொண்டு போனான்.

ஆராயி கதிகலங்கிப் போயிருந்தாள். கொஞ்சம் கொஞ்சமாய்க் குருவி சேர்க்கிற மாதிரி சேர்த்து, வீட்டைக் கட்டி ஒரு பெண்ணையும் கட்டிக் கொடுத்து இருக்கிற ரெண்டு பெண்களை வைத்துக் கரையேற்றுவதற்குள் இந்த இடமும் நிற்காமல் போய்விடுமோ என்கிற அச்சம் உள்ளுக்குள் எழுந்தது.

முன்பெல்லாம் மணியக்காரர் வந்து உட்கார்ந்து மண்ணு வரிக்கு நோட்டீசு போட்டுவிட்டுப் போவார். அந்தக் கண்ணம்மாள் கிழவிதான் தாஜா செய்து மணியக்காரரை அழைத்து வந்து உட்கார வைத்துக் காப்பி வாங்கிக் கொடுத்து நோட்டீசு போடுவாள். இப்போதெல்லாம் அவனும் வருவதேயில்லை. போய்ப் பார்த்தாலும் மதிப்பதும் இல்லை.

முள்ளோடை தாண்டிப் பட்டா நெலம் முழுக்க நிறையப் பேர் கெரயம் வாங்கி வீடு கட்ட ஆரம்பித்து விட்டார்கள். எந்த நல்லது கெட்டதாயிருந்தாலும் மணியக்காரருக்குத் தெரிவிப்பார்கள். அத்தோடு சரி. பட்டா எழுதிக் கொடுத்து வருசம் பத்து முடிந்துவிட்டது. கலெக்டருக்கும் விண்ணப்பம் கொடுத்தும் பதிலில்லை.

முள்ளோடை சனங்கள் சேர்ந்து அமைச்சரு, தாசில்தாரு எனப் பார்த்தும் சரியான பதிலில்லை. முள்ளுக்காடாய்ப் பச்சைப் பசேலென இருந்த இடம் இப்போது வெட்ட வெளியில் பத்துப் பதினைந்து குடிசைகள் வந்து விட்டன.

அடிக்கிற வெய்யிலிலும் பெய்கிற மழையிலும் முள்ளோடை சனங்களின் நிலைமை என்பது கேள்விக்குறியாக இருந்தது. மழை சற்றுக் கூடுதலானால் முள்ளோடை வாய்க்காலில் தண்ணீர் ஏறி, வீட்டைச்சுற்றி சூழ்ந்து கொள்ளும். சுவர்கள் ஒவ்வொன்றாய் ஓதங்காத்து பாம்புப்புற்று மாதிரி சரிந்து கிடக்கும்.

பாம்புகள் குட்டிபோட்டு வசவசவென்று அலைந்து கொண்டிருக்கும். எந்த நேரமும் எது தீண்டுமோ என அச்சம் நெஞ்சைப் பிழியும்.

ஆராயி கிடுகிடுவென உள்ளே போய் மேற்குப் பக்கம் மூலைக்குச் சென்று டிரங்குப் பெட்டியை வெளியே தூக்கி வந்தாள். தகரப் பெட்டி நசுங்கி ஒடுங்கிப் போய் நெளிந்திருந்தது.

வேகத்தில் திறந்ததும் மேல்மூடி தனியாக கையிலே வந்தது. எடுத்து வைத்துவிட்டுத் தேடினாள். பழைய துணிகள் சுருண்டு சுருங்கிக் கிடந்ததைப் பரபரவென்று இழுத்துப் போட்டாள். கீழே ஒரு பிளாஸ்டிக் பை இருந்தது. எடுத்து ஒவ்வொன்றாக உள்ளேயிருந்த தாள்களை வெளியே எடுத்தாள். கணவன் கடன் வாங்கிய சீட்டுகள், பெண்ணின் ஜாதகக் குறிப்புகள் என்று தாள்கள் பழுத்துப் போயிருந்தன. கடைசியில் ஒரேயொரு ரசீது கிடைத்தது.

மனம் அவளுக்கு ஆறுதலானது. ரசீதை எடுத்துக் கொண்டு மணியக்காரர் வீட்டுக்குப் போய் வருவதாக மகளிடம் சொல்லிவிட்டுக் கிளம்பினாள்.

வாசலில் அவருடைய உதவியாளர் நின்றிருந்தான். ஆராயி தயங்கித் தயங்கி வாசலில் நின்றிருந்தாள்.

"யாரம்மா பாக்கணும்?"

"மணியக்காரர்"

"வி.ஏ.ஓ. வா?"

"அதான் இவரத்தான்"

"இன்னா விசயம்?"

“வரி சீட்டு போடணும்”

“பீம் நோட்டீசா?”

“அதான் மண்ணு வரி”

“எந்த எடம்?”

“முள்ளோடைப் பக்கம்”

“முள்ளோடையா?”

அவன் கேட்ட தொனி அவளுக்குக் கதிகலங்கியது. என்ன ஆகப்போகிறதோவென ஆடிப் போனாள். முகமெல்லாம் குப்பென வியர்த்துக் கொட்டியது அவளுக்கு.

“ஆமாங்க, தோ பழய ரசீது”

“அதான் பேப்பர்லயே போட்டாச்சே, காலி பண்ணப் போறாங்க”

“நான் பத்து வருசமா இருக்கேன், பட்டாவுக்கும் எழுதிக் குடுத்திருக்கேன், எப்படியாச்சும் பாருங்க”

அவள் பழைய இரசீதும், சுருக்குப்பையிலிருந்த எரநூறு ரூபாயும் எடுத்துக் கொடுத்தாள். அவன் உள்ளே சென்று போன வேகத்தில் திரும்பி வந்தான்.

“இந்தாம்மா, அய்யா முடியாதுன்னுட்டார், ஆயிரம் ரூபா இருந்தா மேல சொல்லிப் பாக்கலாம்றார்...”

அவளுக்குக் குரல்வளையில் ஏறி நின்று நசுக்குவது போலிருந்தது. அழுத்திப் பிடித்திருந்த மாதிரி நெஞ்சு கனத்தது.

“கொஞ்சம் ஏதாச்சும் கொறைச்சு...”

“தேம்மா பேசாத போ போ, இஷ்டம் இருந்தா வா...”

அவன் அவளைத் தொடர்ந்து பேசவிடாமல் துரத்தினான்.

காலை விடிந்ததும் நாலைந்து பேர் வண்டிகளில் கீற்றும் கழியுமாக வந்து நின்றார்கள். முள்ளோடை சனங்கள் கூட்டம் கூடிக் கண்காட்சி போல் வேடிக்கை பார்த்தார்கள். முள்ளோடையைக்

காலி செய்யப் போவதாக ஒரு சிலர் சொன்னார்கள். முள்ளோடை சனங்களுக்குப் பட்டா கொடுக்கப் போவதாகவும் ஒரு சிலர் சொன்னார்கள்.

பொழுது சாய்வதற்குள் அவசர அவசரமாகக் குடிசைகள் போட்டு அதற்கு மேலே ஆளுங்கட்சி கொடிகள் பறக்கத் தொடங்கியது. யாரு வரப் போறது எம்.எல்.ஏ. வா, அமைச்சரா என்கிற மாதிரி இருந்தது காட்சி. மறுநாளும் அதே போல் மேலும் மேலும் திடீர்க் குடிசைகள் அதிகமானது என்றாலும் ஆராயிக்குத் தன் இருப்பைப் பத்திரப்படுத்திக் கொள்ள நினைத்தாள். அக்கம் பக்கத்தில் ஏற்கனவே இருந்தவர்களிடம் விசாரித்தாள்.

சின்னையன் கண்ணம்மாள் கிழவி எல்லாரும் மணியக்காரரிடம் சென்று புதிய ரசீது வாங்கிவிட வேண்டும் என்று முடிவு செய்தார்கள். ஆராயி தெரிந்தவர்கள் வேலை செய்யும் இடங்களிலெல்லாம் அலைந்து பார்த்தாள். மொத்தமாய் ஆயிரம் கிடைக்கவில்லை.

இடிந்து போயிருந்த அவள் சட்டென நினைவுக்கு வந்தவளாய் எழுந்தாள். மூலையைத் தொட்டுக் கொண்டிருந்த பானைகளை ஒவ்வொன்றாக எடுத்தாள். அடிப்பானையிலிருந்து ஒரு பையை எடுத்துப் பிரித்தாள். உள்ளேயிருந்து ஒரு சின்ன டப்பாவிலிருந்து அவளது பழைய தாலியை எடுத்துக் கையில் வைத்து இப்படியும் அப்படியுமாய்ப் பார்த்தாள். அது அழுக்கேறி நசுங்கிப் போயிருந்தது.

கல்யாணத்தின் போது ரெண்டு கிராமில் எடுத்துப் போட்டது எவ்வளவோ பிரச்சினையிலும் விற்காமல் இருந்தாள். கையிலிருந்ததை வைத்து அதையும் விற்று ரசீது போட்டு வைத்திருந்தாள். என்றாலும் எந்த நேரம் என்ன நடக்குமோ என்று உள்ளுக்குள் பயந்து கொண்டுமிருந்தாள்.

விடிந்ததும் தாசில்தாரும் போலிசும் டிராக்டருடன் வந்து நின்றார்கள். சின்னையன் சொன்னது உண்மைதான் எனத் தெரிந்தது. திபுதிபுவென்று ஆட்கள் குதித்தார்கள். முள்ளோடை ஓரமாக இருந்த ஒவ்வொரு குடிசையும் டிராக்டர் போட்டு நிரவியது. ஆளுங்கட்சிக் கொடிகள் சக்கரத்தில் சிக்கித் தவித்தன.

அதைப் பார்த்த ஒருவன் வீடு இடிந்ததை விட்டுவிட்டுக் கொடியை அவமானப் படுத்தியதாக உணர்ந்து கத்தினான்.

"உங்களையெல்லாம் பேசுற எடத்தில் பேசிக்கறன்..."

அவன் சீறியதைப் போலிசு ஓடி வந்து தடுத்தது.

திடீர்க் குடிசைகள் இடிந்த பின் டிராக்டர் ஆராயி வீடு முன் வந்து நின்றது. அவள் இரண்டு பெண்களுடன் டிராக்டர் முன்வந்து நின்றாள். அருகேயிருந்த அதிகாரியிடம் கெஞ்சினாள்.

"சாமி எங்கள வுட்டுடுங்க பத்து வருசமா இருக்கம்..."

"அப்பிடியா?"

"தே பாருங்க நோட்டீசு"

அவள் ஒன்றிரண்டு சீட்டை எடுத்துக் காண்பித்தாள். அதற்குள் சின்னையன் கண்ணம்மாளும் ஓடி வந்து அவர்கள் ரசீதையும் எடுத்துக் காண்பித்தார்கள்.

"பட்டாவுக்கு எழுதிக் குடுத்திருக்கம் சாமி, இன்னும் கெடைக்கல".

"முள்ளோடைக்கு இப்ப பட்டா கெடையாதும்மா, இடிச்சுதான் ஆவுணும்"

"அய்யய்யோ சாமி, கலெக்டருக்கு, மினிஸ்டருக்கு மனு போட்டிருக்கோம், தே பாருங்க"

கண்ணம்மாள் கிழவி எடுத்துக் காண்பித்தாள்.

"சரி சரி... இப்போதைக்கு விட்டுட்டுப் போறோம்; ஆனால் ஒன்னு..."

"சொல்லுங்க சாமி"

"பட்டா கெடைக்கும்னு சொல்ல முடியாது, ஆமாம்..."

அவர்கள் தொடர்ந்து புதிதாகக் கட்டிய குடிசைகளைப் பிரித்துப் போட்டுக் கொண்டு போனார்கள். என்றைக்காவது ஒருநாள் முள்ளோடைக்குப் பட்டா கிடைக்கும் என்றிருந்த ஆராயிக்கு

இப்போது பட்டா கிடைக்குமோ கிடைக்காதோ என்று ஏக்கப்
பெருமூச்சுடன் கலைந்து போன குடிசைகளைப் போல் சிதறிக்
கிடந்தது மனம்.

எந்தவிதச் சலனமும் இல்லாமல் கரம்புக்காடாய்க் காய்ந்து
கிடந்தது முள்ளோடை.

□ கவிதாசரண், டிசம்பர் 2001

கறியும் சோறும்

சோற்றில் கறியைப் போட்டுப் பொங்கினால் அப்பாவுக்கு ரொம்பவும் பிடிக்கும். அப்பாவுக்கு மட்டுமில்லை; அப்பாவின் பெயரால் அம்மாவுக்கும்தான். ஒரு கறித்துண்டாகிலும் எலும்போடு அப்படியே பல்லால் கடித்து இழுத்தால்தான் கறிச்சோறு சாப்பிட்ட நிம்மதி.

அக்காவிற்கும் எனக்கும் அன்றைக்கு மூக்கில் வியர்த்து வழியும். கறிச்சோறு ஆக்கும் அன்றைக்கு அக்காவின் முகத்தில் சந்தோசக்களை பொங்கி வழியும். என்னைவிட ஆர்வமாய்க் காத்திருப்பாள்.

சாதாரண நாட்களில் அம்மா வேலை முடித்து திரும்பும் போது சாம்பாருக்கு அல்லது காரக்குழம்பு இவற்றுக்குத்தான் எதாவது காய்கறி சாமான்கள் வாங்கி வருவாள். ஞாயிற்றுக் கிழமையில் எப்படியாவது கறி வாங்கி ஆக்கிவிட வேண்டும் என்பது பொதுவிதியாக இருந்தது.

அப்பாவுக்கு அப்போதுதான் சாப்பிட்ட மாதிரி இருக்கும். சூட்டோடு சூடாகத் தொண்டைக்குழிக்குள் காரசாரமாக அதிலும் சோற்றை விடக் கறியை அதிகமாக இறக்கினால்தான் அருமையான விருந்து சாப்பிட்ட மாதிரி திருப்தி வரும்.

அம்மாவின் வருமானத்திற்கு மூனு வேளை சாப்பாடு என்பதே உறுதியில்லாதது. மதிய வேளையில் எப்படியும் கஞ்சியோ கூழோ இருக்கும். பொழுது சாய்ந்ததும் வட்டிக்காரனிடம் கடன் வாங்கி வந்து அடுப்பு புகைய ஆரம்பிக்கும்.

அம்மாவுக்குத் தெரியும். அப்போது எந்தக் காய்கறி இருக்கிறதோ அன்றைக்கு அந்தக் குழம்புதான் இருக்கும். காய்கறி வாங்கக் காசு கிடைக்காவிட்டால் ரசமும் அப்பளத்தோடு முடித்துக்

கொள்வாள். அதற்கு வழியில்லாவிட்டால் பொட்டுக்கடலை வறுத்த மணிலாப் பயிறு, உப்பு, காய்ந்த மிளகாய் வைத்து அரைத்து துவையலாக உருட்டிக் கஞ்சிக்கு எடுத்துக் கொடுப்பாள்.

கிட்டத்தட்ட தெருவில் எல்லோர் நிலைமையும் இப்படியாகத்தான் இருந்தது. ராமகிருஷ்ணன் வீடு மாத்திரம் கொஞ்சம் செழிப்பாகத் தெரியும். கணவன் மனைவி ரெண்டு பேருக்கும் அரசாங்க உத்தியோகம். பிள்ளைகள் பேரப்பிள்ளைகள் என்றிருந்தாலும் கைக்கு மெய்யாக காசு கிடந்தது.

மூனு வேளை சாப்பிடவும் மீந்த பணத்தில் அக்கம்பக்கத்தில் மனை வாங்கிப் போட்டிருந்தாள் ரங்கநாயகி. ரங்கநாயகியைப் போல் சாமர்த்தியமும் திறமையும் அம்மாவுக்கெல்லாம் வராது.

அதிலும் ஒண்டி வருமானத்தில் குடும்பத்தை நடத்த வேண்டும். அக்கா படிக்காவிட்டாலும் நான் படித்தாக வேண்டும் என்று நெருக்கடி. நெருக்கடி என்பதைவிடக் கட்டாயம் என்றுதான் சொல்ல வேண்டும்.

அப்பாவுக்கு இருந்த நகராட்சி மேஸ்திரி வேலை நிரந்தரமாவதற்குள் அப்பாவே நின்று போய்விட்டார். நீரிழிவு நோய் வந்து காலத்திற்கும் அவரை பாடாய்ப் படுத்தியது. ரொம்ப காலம் படுக்கையில் படுத்துவிட்டதால் அம்மாவுக்கும் தனக்குள் ஏகப்பட்ட குமைச்சல்.

விரும்பிய கணவனைச் சாதிவிட்டு சாதியில் காதல் திருமணம் செய்து வந்து தெருவில் எல்லோருக்கும் முன்பாக பெருமையாக வாழ வேண்டும் என்ற ஆசையில் வந்தவள்தான்.

"ஏன் டி விஷயம் தெரீமா, சந்திரா குடுத்தனக்காரன இழூத்துனு வந்துட்டாளாமே".

"இழுத்துன்னு ஒன்னும் வர்ல, கோயில்ல தாலி கட்டிகிட்டாடீ".

"சரி நம்மள மாதிரி அவென் சாப்டுவானா"

"இன்னாது"

"அதாண்டி கறி?"

“இன்னா கறி”

“மாட்டுக்கறி, பன்னிக்கறி...”

“பாத்தா படிச்சவன் மாதிரி தெரிறான்”

“அட எவனாயிருந்தா இன்னாடி; கறிய சாப்டு, வொடம்பு நோவ சென்மத்த செருப்பால அடிச்ச மாதிரி வேல செஞ்சாதாண்டி அறிவு கிறிவெல்லாம் கௌம்பும்...”

“எல்லாரையும், பகைச்சுகிட்டு, நம்ம தெருவோட வந்துட்டானே அதுக்காக பெரும படனும்டீ...”

இது மாதிரி எத்தனையோ விதமான பேச்சுகள் கிசுகிசுப்புகள் குமுறல்கள் என்று எல்லோரையும் சமாளித்துத்தான் எங்களை யெல்லாம் வளர்த்தாள் அம்மா.

அம்மாவைப் போலவே தெருவில் நிறைய பேர் நகராட்சியில் துப்புரவு வேலை செய்து வந்தார்கள். கூடவே கூலி வேலை செய்பவர்களும் சிறிய கடை வைத்துப் பிழைப்பு நடத்துபவர்களும் இருந்தார்கள்.

கிடைக்கிற குறைந்த சம்பளத்தில் இந்த நகரத்தின் ஒதுக்குப் புறத்தில் இருந்து கொண்டு காலந்தள்ளுவது என்பது அவ்வளவு உசிதமானதாக இல்லை.

வருடத்தில் ஒரு நாளாவது அம்மா தலைவலி, காய்ச்சல், உடம்பு சரியில்லை என்று வேலைக்கு நின்றதில்லை. ஓயாமல் வேலையே கதி என்றிருப்பாள். ‘அரக்க பறக்கப் பாடுபட்டாலும் படுக்கப் பாயில்லை’ என்கிற நிலையில் குடும்பம் குன்றிப் போயிருந்தது.

ஞாயிற்றுக்கிழமை, அம்மாவிற்கு விடுமுறை. வீட்டின் ஓர மூலையில் கருங்கல்லின் மேல் உட்கார்ந்து துணிகள் துவைத்துக் கொண்டிருந்தாள். அக்காவை அடிக்கடி கூப்பிட்டுப் போய் பார்த்துவா, பார்த்துவா என்று அப்பா சொல்லிக் கொண்டிருந்தார்.

“யேய் மூதேவி, போய் கொடத்தில் தண்ணிய எடுத்தாடீ”

“தே வந்துடறம்மா”

"அப்படீ எங்கடீ சும்மா போய் போய் வர்ற"

"அப்பாதான் போய் வரச் சொன்னாரு"

"எங்க"

"கறி வண்டி வந்திருக்கான்னு..."

"ரெண்டு பேருக்கும் வேல இல்லியாடீ"

"..."

"வந்தா பெல்லு அடிக்க மாட்டான்".

அப்பா வந்த கொஞ்சநாளில் கறியை விதவிதமாகச் சுவைக்க ஆரம்பித்ததை பின்னாளில் தெரிந்தது.

நாகப்பன் எப்போதும் சைக்கிளைத் தள்ளிக் கொண்டு வரும் சத்தம் தெருமுனையிலேயே கேட்கும். பள்ளம் மேட்டில் சைக்கிள் எகிறி குதிக்கும் போது பின்னால் கட்டியிருக்கும் கறிப்பெட்டித் தூக்கியடித்து சத்தம் கொடுக்கும். சின்னதும் பெரியதுமான கத்திகள் உரசி கிணுகிணுக்கும். அவன் சேவியர் காலனியிலிருந்து அகலமான மரப்பெட்டியில் மாட்டுக் கறியைப் பெரிய பெரிய பத்தையாக வெட்டி வைத்துக் கொண்டு மேலேயொரு அழுக்குத் துணியால் மூடிக் கொண்டு எடுத்து வருவான். தெரு மையத்தில் நொள்ளச்சி வீட்டு வாசலில்தான் வந்து நிற்பான். கண்ணு கொஞ்சம் சாய்வாகச் சுருங்கி இருந்ததனால் மொட்டையம்மாளை 'நொள்ளச்சி' என்று கூப்பிட ஆரம்பித்தார்கள்.

"ஏய் கறி வாங்கலியாடி..."

தெரு முழுக்கக் கேட்கும்படிக் குரல் கொடுப்பாள். சட்டியும் பாத்திரமுமாக ஒவ்வொருவராக வருவார்கள். அஞ்சு ரூபாய், பத்து ரூபாய்க்குக் கறி வாங்கிப் போவார்கள். நொள்ளச்சி ஈரலும், தொடைகறியும் வாங்குவாள்.

அம்மாவுக்கு மார்கண்டம்தான் பிடிக்கும். குழம்பு ஆக்குவதற்குமுன் அவித்து ஒன்றிரண்டு துண்டு வாயில் போட்டால் பஞ்சு மாதிரி லேசாக இருக்கும். கூடவே கொஞ்சம் தொடைகறியும் சேர்த்து வாங்குவாள்.

“எவ்ளோக்கு வேணும்”

“பத்து ரூபாய்க்கு”

“காசி”

அம்மாவுக்குச் சங்கடமாகிப் போனது.

“சேத்துத் தர்றேன்பா”

“ஏற்கெனவே நாப்பது ரூபா பாக்கி”

அம்மாவிடம் மேஞ்செலவுக்கு மட்டுமே இருந்தது காசு; கறிக்குக் கொடுக்க முடியாது. பாக்கி வேறு இருந்தது.

“அம்பதா சம்பளத்தில் குடுத்திடறேன்”

“ஆளாளுக்குக் கடன் சொன்னா நான் எப்படித் தான் பொழைக்கிறது...”

அவனது கடுமையான கேள்வி அம்மாவைக் குடைந்தெடுத்தது. அடிக்கடி நெஞ்சில் அறைந்து போவதுபோல் இருக்கும்.

“ரவ முட்டி எலும்ப்ல தட்டிப் போடேன்”

நொள்ளச்சி மேலும் இனாமாகக் கேட்டு நிற்கும் போது நாகப்பனுக்கு எப்போதும் எரிச்சல் வரும்.

“எவ்ளோதான் போடறது, இந்தா போ”

கிட்டத்தட்டப் பாதி வீடுகளில் வாங்கிவிடுவார்கள். பெட்டியிலிருந்து ஒழுகும் ரத்தத்தை நாய் நக்கிக் கொண்டு நிற்கும். பூனைகூட மோப்பம் பிடித்தபடி நாக்கைத் துழாவிக் கொண்டு எட்டி நிற்கும்.

“கிட்னியிருந்தா ஒரு துண்டு நறுக்கி போடுபா”

“ஏன்த, இந்த வயசுல எப்படீ நீ சாப்டற” நாகப்பன் நொள்ளச்சியைப் பார்த்துக் கேட்பான்.

"இப்டீ சாப்டாதான் எங்க வேலய செய்ய முடியும்" அவள் சொன்னதும் அவன், கிட்னி துண்டிலிருந்து ஒரு துண்டைச் சிறு கத்தியால் நறுக்குவான்.

"கறியில கொழுப்பே காணம்; ரவ கொழுப்பு சேத்து போடு"

"செத்த மாடாயிருந்தா நீ கேக்குறதக் குடுக்கலாம்; இது காசி குடுத்து அடிச்சியாரேன்..."

அவன் அவளை முறைப்பதும் அவள் அவனை கெஞ்சிக் கூத்தாடி கறி வாங்கிப் போவதும் பார்ப்பவர்களுக்கு வேடிக்கையாக இருக்கும்.

"ஏன்தா நொள்ளச்சி இப்டீ அலையிறாளோ, ச்சீ..."

ஒருவருக்கொருவர் மனதிற்குள் சபிப்பார்கள்.

"ஏம்ப்பா..., அடுத்த வாரம் வருவயில்ல"

"ம்"

"வாலு எலும்பு எடுத்தாறியா"

"ஏன்"

"கொஞ்சம் சூப்பு வெச்சு சாப்டா தேவலாம்"

"கொண்டாரேன்"

"அப்டியே மூள கெடெச்சாலும் எடுத்தா; பூண்டு மொளுவு தட்டிப் போட்டு வறுத்துக்குவேன்".

அறுக்கிற இடத்தில் நிறைய பேர் வாங்கிப் போய்விடுவதால் பலர் தங்களுக்கு வேண்டியதை முன்னதாகவே சொல்லி வைப்பார்கள்.

அப்பாவின் விருப்பப்படி பெரும்பாலும் சோற்றில் கறிபோட்டு பொங்குவாள் அம்மா. அன்றைக்குப் பேச்சுக்காக வாய் திறந்து கேட்டாள்.

"கறிய, கொழம்பு வெக்கவா, பொங்கவா"

"பேசாம அப்படியே போட்டு பொங்கிடேன்"

அப்பா சொன்னதும் அம்மாவும் அக்காவும் துரிதகதியில் பறப்பார்கள். ரோட்டுப் பக்கமுள்ள மளிகைக்கடையில் எண்ணெய், தேங்காய்ப் பத்தை, மிளகாய்த்தூள் வாங்கி விடுவாள். கசகசா, சோம்பு, பட்டை, லவுங்கம், ஏலம், பிரிஞ்சி இலை போன்றவை சேர்ந்து ஒரே உறையில் தொங்குவதிலிருந்து ஒன்றை வாங்கி வந்து விடுவாள் அக்கா.

அரைக்க வேண்டியதை அரைத்து அக்கா கொடுத்ததும் அம்மா தாளித்துத் தண்ணீர், உப்பு, மிளகாய்த்தூள், மசாலா... எல்லாம் சேர்த்துக் கொதிக்க வைத்து அரிசியைக் கழுவிக் கொட்டுவாள்.

ஞாயிற்றுக்கிழமையானாலே கடனவொடன வாங்கித் தெரு முழுக்க கறிச்சோறு வாசனைக் கிளம்பிவிடும். இல்லாத வீடுகளில் அக்கமிருந்து குழம்பு கிண்ணத்தில் போகும். சிலர் சாராயத்தைக் குடித்துவிட்டு உளறுவதும் புரளுவதும் சகஜமாக இருக்கும்.

அதென்னவோ எங்களுக்கு மட்டுமில்லை. எங்களைப் போலவே தெரு முழுக்க ஒவ்வொருவருக்கும் ஒவ்வொரு பிரச்சினை இருந்தது.

நொள்ளச்சிக்குக் கறி வாங்க முடியாவிட்டால் வீடுவீடாய்க் குழம்பு கேட்டுத் தன் மகளை அனுப்புவாள். ஒரு வீட்டில் கிடைத்துவிட்டால் அத்தோடு விடமாட்டாள். பக்கத்து வீட்டில் விட்டால் தெருக் கடைசியில் கேட்பாள். அப்புறம் பின்னால் தெருவில், தெரு முனையில் என்று சேர சேர்த்துவிடுவாள்.

ஒவ்வொருவரின் கைப்பதத்தையும் சப்பி உச்சுக்கொட்டி ருசித்துப் பார்ப்பாள். அப்படியே கேட்டுக்கொடுக்காவிட்டால் எதையாவது சாக்கு வைத்து நேரிடையாகவும் மறைமுகமாகவும் ஆளுக்குத் தகுந்தாற்போல் திட்டுவாள்.

ஒருமுறை கன்னுக்குட்டியொன்று மெயின் ரோட்டில் அடிபட்டுத் துள்ளிக் கொண்டிருந்தது. லாரியோ பஸ்ஸோ எதுவெனத் தெரியவில்லை. சொந்தக்காரர்கள் வந்து பார்த்தார்கள். உயிர் ஊசலாடிக் கொண்டிருந்தது. வேலைக்குப் போய் பொழுது சாய வந்து கொண்டிருந்த துரைசாமியைக் கூப்பிட்டுக் கன்றுக்குட்டியை எடுத்துப் போகச் சொல்லி விட்டார்கள்.

தூக்கிக் கொண்டு வந்து விளக்குக் கம்பத்துக்குக் கீழ் உட்கார்ந்து துரைசாமி அறுத்ததும் நொள்ளச்சி முந்திக் கொண்டு விழிபிதுங்கிப் பார்த்துக் கொண்டிருந்தாள். கன்றுக்குட்டியைத் தூக்கி வரும் போது பார்த்தவர்கள் பத்து பேருக்கு மேல் கூடிவிட்டார்கள்.

"ஒன்னு, ரெண்டு, மூனு, அப்பிடியே பாஞ்சு கூறா போடுப்பா"

நொள்ளச்சி சொன்னதும் எல்லோரும் முகத்தைச் சுளித்துக் கொண்டு பார்த்தார்கள். அறுக்கும் போதே கறியை வறுப்பதா குழம்பு வைப்பதா என்று மனதிற்குள் கணக்குப் போட்டாள்.

வீட்டில் ஒருவாரம் கறிக்குழம்பு இல்லாவிட்டால் ரங்கநாயகி வீடு நொள்ளச்சி வீட்டிலிருந்து அப்பா குழம்பு வாங்கி வரச் சொல்வார்.

ஒருமுறை தீபாவளிக்கு முன்னிரவு. தெருவே அல்லோல கல்லோலப்பட்டுக் கொண்டிருந்தது. துணிமணி எடுக்கக் கடனுக்கு அங்குமிங்கும் பலர் அலைந்து கொண்டிருந்தார்கள்.

அம்மாவுக்கும் நினைத்த இடத்தில் கடன் கிடைக்கவில்லை. வேறு தெரிந்த வட்டிக்காரனும் தீபாவளி நேரத்தில் கடன் கொடுக்க முன்வரவில்லை. துணிமணி இல்லாவிட்டால் பரவாயில்லை. சாப்பாடாவது ருசியாகச் சாப்பிடலாம் என அப்பா சொல்லிவிட்டார். எப்படியோ நூறு ரூபாயை அம்மா பெரட்டிக் கொண்டு வந்ததும் அப்பாவுக்கு உயிர் வந்தமாதிரி தோன்றியது.

"ஏன் டி, துரசாமி பன்னி அறுக்கிறானாமே"

"பாக்கலியே"

"போய் ஒரு கூறு சொல்லிட்டு வா"

அப்பா சொன்னதும் பக்கத்துத் தெருப்பக்கம் போய்ப் பார்த்தாள். நொள்ளச்சி உட்பட பலர் நின்றிருந்தார்கள். துரைசாமி கருத்த பன்றியைச் சாகடித்துச் சுற்றிலும் கருப்பஞ் செத்தையைத் தென்னை மட்டையால் கொளுத்தினான். பன்றியின் மயிர் நெருப்பில் பொசுங்கி துர்நாற்றம் அடித்தது.

ஒட்டாங்குச்சியை எடுத்துப் பன்றியின் மேல் முடிகள் உதிர சூடுகாட்டியபடி பரபரப்பாகச் சுரண்டினான். கொஞ்சம் விட்டால் வெடித்து விடுகிற மாதிரி உப்பியிருந்தது பன்றி. புதுப்பெண்ணுக்கு மஞ்சள் தேய்ப்பது போலத் தேய்த்துக் கல்லின் மேல் தூக்கி வைத்துத் தண்ணீரால் கழுவினான்.

"டேய் தொரசாமி"

அவன் நிமிர்ந்த திசையில் நொள்ளச்சி புன்சிரிப்பு சிரித்துக் கொண்டிருந்தாள்.

"இன்னா"

"செத்த வால அறுத்துகுடேன்"

ஏன்தான் இப்டி அலையுறயே நீ, ச்சே, அறுத்து கூறுபோட்டு விக்க வேணாம்.

"..."

அவன் சின்னக் கத்தியொன்றை எடுத்து வாலை அறுத்துக் கொடுத்ததும் கொடுத்த வேகத்தில் நறுக்கென்று கடித்துச் சுவைத்தாள். ஒரு சிலர் அருவருப்பாய் அதை வேடிக்கைப் பார்த்தார்கள்.

சின்ன வயதில் என்னையும் அக்காவையும் மாட்டுக்கறி சாப்பிடக் கூடாதென்று அப்பா கட்டாயப்படுத்தினார். பின்னாளில் அக்கா சாப்பிடுவதை ஒத்துக் கொண்டார். நான் அப்பாவிற்குத் தெரியாமல் அம்மாவிடம் வாங்கித் தின்பேன்.

அப்பாவிற்கு ஒருநாள் தெரிந்துவிட்டதும் ஒரே சத்தம். வானத்திற்கும் பூமிக்குமாக எகிறிக் குதித்தார்.

"படிக்கிறவனுக்குக் கொழுப்பு ஏறிப் புத்தி மந்தமாவும்"

நான் காதில் வாங்கிக் கொள்வதில்லை. சொல்லிச் சொல்லிப் பார்த்து அவர் சொல்வதையே கைவிட்டுவிட்டார். எனக்குச் சந்தோசம்.

கடைசியில் ஒரு நாள் அப்பா, அம்மாவை அழைத்து இந்த வாரமாச்சும் கறிச்சோறு கிடைக்குமா எனக் காதில் பொறுமையாகக் கிசுகிசுத்தார்.

இரண்டு வாரமாக அப்பாவின் மருத்துவச் செலவுக்கே அம்மா லோல்பட்டு லொங்கழிஞ்சு வீட்டில் சரிவரச் சோறாக்கவோ குழம்பு வைக்கவோ முடியவில்லை. வியாதி உச்சக்கட்டத்தை எட்ட எட்ட அம்மாவாலும் சமாளிக்க முடியவில்லை. அரசு மருத்துவமனைப் படுக்கையில் கொண்டு போய்ச் சேர்த்து அப்பா யாருமே கேட்பாரற்றுக் கிடந்ததால் அம்மா வீட்டிற்கு அழைத்து வந்துவிட்டாள்.

படுத்த படுக்கையிலும் கறிச்சோறு கேட்டு ஆசைப்பட்டதை அம்மா நிறைவேற்றத் தீராத கஷ்டத்திலும் வண்டிக்காரனைக் பார்த்துக் கொண்டிருந்தாள்.

“சேவியர் காலனியில் அறுக்கிறாங்களே போய் வாங்கியார்டாம்மா”

நான் கேட்டதும் அப்பா இங்கயே வாங்கிக் கொள்ளலாம் எனக் கையை அசைத்துச் சொன்னார். ஞாயிற்றுக்கிழமை என்பதை மறந்துக்கிடக்கிறானா நாகப்பன் என அம்மா மனதிற்குள் புலம்பித் தவித்தாள். அக்காவிடம் தண்ணீர் கேட்டதும் வெந்நீர் சுட வைத்து எடுத்து வந்து கொடுத்தாள்.

“கஞ்சி சுடச் சுடச் குடிக்கிறியாப்பா”

எங்களின் கேள்விக்கு முழுதாய் அப்பாவால் பதில் சொல்ல முடியாமல் தட்டுத்தடுமாறிக் கொஞ்ச நேரத்தில் நாடி அடங்கிப் போனது.

அம்மா அப்பாவைக் காதலித்துக் கைப்பிடித்து வாழ்ந்த வாழ்க்கையை ஒரு சேரவைத்து ஓவென அலறித் துடித்தாள். கண்ணீரும் கம்பலையுமாக நாங்கள் தெரு முழுக்க வேகமாகச் சொன்னதும் வீட்டிலிருந்த ஒவ்வொருவரும் ஓடி வந்தார்கள்.

நாகப்பன் பெட்டி பிதுங்கக் கறி வண்டியைத் தள்ளிக் கொண்டு வந்து நிறுத்தி வீடுகளைப் பார்த்தான். இரு கத்தியை எடுத்து ஒன்றோடொன்று ‘சர்புர்’ என்று தேய்த்தான். ஒருவரும்

இல்லாதது கண்டு சைக்கிள் மணியை அடித்தான். சத்தங்கேட்டு நொள்ளச்சிதான் முதன்முதலில் ஓடி வந்து சொன்னாள்.

"இன்னிக்குக் கறி வேணாம்பா"

"ஏன்"

"சந்திரா வூட்டுக்காரன் செத்துட்டான்".

"உனுக்கு கூட வேணாமா"

"யாரும் வாங்கமாட்டாங்கன்னு சொல்றேன்…".

அவள் வெடுக்கென சொல்லிவிட்டு நகர்ந்தாள்.

மலையான்

மலையான் அவளிடம் விடாமல் மல்லுக்கட்டிக் கொண்டிருந்தான். இவ்வளவு பிடிவாதமாய் அவன் அவளிடம் கேட்டுக் கொண்டிருப்பது மிகவும் வருத்தமாகத்தானிருக்கும். பார்க்கிற யாருக்கும் அவன் மேல் எரிச்சல் வந்து ஏதாவது பேசிவிடும்படியாக இருக்கிற நிலைமைதான்.

ஆனால் யார் கண்ணிலும் அவர்கள் படாத மாதிரி அவர்களின் நிலையிருந்தது. அக்கறையோடோ, பரிதாபத்தோடோ பார்க்கிற மாதிரி அவர்கள் இல்லை.

"டேய், குடுடி"

மலையான் கத்த அவள் தேம்பித்தேம்பி அழுதபடி உட்கார்ந்திருந்தாள். கைகளை அவன் பற்றி இழுத்துக் கொண்டிருந்தான்.

"இப்ப குடுக்கறயா. எட்டி வொதைக்கட்டா". அவன் நெட்டித் தள்ளினான்.

"அய்யய்யோ..."

சின்னம்மாளின் சத்தம் யார் காதிலும் விழாத மாதிரியிருந்தது.

இத்தனைக்கும் பிரதான நாலு மூலை சாலையில் அந்த மாரியம்மன் கோயில் அருகில்தான் இது நடந்து கொண்டிருந்தது.

கோயிலுக்குப் போகிற வருகிற ஒரு சிறுகூட்டம் ஒரு பக்கம். கோயிலை ஒட்டிப் பேருந்துகளுக்காய் ஒரு கூட்டம் தனியாக நின்று கொண்டிருந்தது. இப்படியும் அப்படியுமாய்ப் போய் வருகிற ஒரு கூட்டத்திற்கும் விடாத வாகன இரைச்சல்களுக்கும் மத்தியில் மலையானின் சத்தம் விழாமல் இருந்தாலும் அவரவர்கள்

அவர்கள் வேலையைப் பார்த்துக் கொண்டு போவதுதான் நாகரிகமாய்த் தெரிந்தது.

மலையானுக்கு மேல் சட்டையில்லாமல் அவனது தேகம் கறுத்துக் கிடந்தது. தலையில் மயிர் நரைத்து அழுக்குப் படிந்திருந்தது. கந்தல் கைலியைச் சுற்றிக் கொண்டிருந்தான். அருகே அவனது வாழ்நாள் சொத்தாக ஒரு டப்பாவும் ஒரு கைத்தடியும் இருந்தன.

“ஏண்டி எவ்ளோ நேரம் கேக்குறேன்”

“என்கிட்ட ஏதுடா”

“இருக்கும் பாருடி”

“சத்திமா இல்ல”

“வொச்சாதான் குடுப்பியாடீ”

மலையானுக்குக் கோபம் அளவுக்கு அதிகமானது. அவன் குரல் கேட்டு ஒன்றிரண்டு பேர் திரும்பிப் பார்த்து மீண்டும் வேறு பக்கம் திரும்பிக் கொண்டனர். ஏதோ அவர்களுக்கே உரிய பிரச்சினை என்பது மாதிரி இருந்தது அவர்களுக்கு.

“ஏய் என்ன கொலகாரனா ஆக்காதடீ”

“இல்ல இல்லன்னு சொல்றேன்ல”

மலையான் காலோரம் இருந்த கழியால் ஒன்று கொடுக்க அவள் மண்டையிலிருந்து ரத்தம் பீறிட்டு எழுந்தது.

“அய்யய்யோ... எழவு புடிச்சவன், எப்பப் போய் சேருவானோ தெரிலயே”.

“யேய்..., நீதாண்டி சாவ”

“நான் ஏன் டா சாவணும்”

“பின்ன, காசுகேட்டா குடுக்காமக் காட்டுறியாடீ”

“ஏன்டா நீ சம்பாரிச்சயே, எங்கடாப் போச்சு. என் உசுர வந்து எடுக்கறியே”

“ஆமாம் பெரிசா சம்பாரிச்சேன், தே ஆபிசுக்கு நடயா நடக்கறனே தெரில”.

“அவன் கிட்டப்போய் காட்டேன் உன் வீரத்த”

“எல்லாம் தெரியும், சரிதான் வேலயப் பாருடீ”

“என் பொழப்பதான் டா நான் பாக்குறேன். உன் கிட்ட நானா எங்க வந்தேன்...”

“வராதடீ”

“நீயும் அதேபோல வராதடா, ஏன் இப்டி வந்து உயிர எடுக்கணும்”

சுற்றிலும் ஓரமாய் உள்ள மிதிவண்டிக் கடை, மருந்துக் கடை, உரக் கடை, பஞ்சுக் கடையில் உள்ளவர்கள் அரசல்புரசலாக இவற்றை வேடிக்கை பார்ப்பதும் பிறகு அவர்கள் பணியைச் செய்வதுமாக இருந்தார்கள். வெய்யில் சாய்ந்து லேசாக இருட்டத் தொடங்கியது. மேலெல்லாம் வாகனப் புழுதிகள் ஏறி இருவரையும் பார்ப்பதற்குக் குப்பை மூட்டையாய்க் காட்சியளித்தார்கள்.

சின்னம்மாள் கோயில் வாசலில் பிச்சை எடுத்துக் கொண்டிருந்தாள். இது இன்று நேற்றல்ல; கிட்டத்தட்ட அய்ந்தாறு வருசமாகவே தொடர்ந்து கொண்டிருந்தது. கணவனும் பிள்ளைகளும் கைவிட்ட பிறகு அவளுக்கு வேறுவழி தெரியவில்லை.

உடலும் காயலாய் ஆகிப் பலகீனப்பட்டு ஏதும் ஓடியாடி வேலை செய்ய முடியாத நிலையில் வயிற்றுப்பாட்டிற்கு இதுதான் வழி என்று தைரியமாய் முடிவு செய்தாள்.

அழுக்கேறிக் கிழிந்து போன புடவை ஜாக்கெட்டைப் பேருக்கு சுற்றியிருப்பாள். சுருண்ட முடிகள் பத்தை பத்தையாய் ஒட்டிக் கொண்டிருக்கும் மெலிந்த உடல் பார்ப்பதற்கு நடை உடை பாவனையெல்லாம் ஒரு மனவளர்ச்சி அற்றவளைப் போல இருக்கும்.

மலையான் நகராட்சியில் பெருக்குநராகப் பணிபுரிந்து ஓய்வு பெற்றவன். பெருக்குநர் என்றால் வீதிகள் பெருக்குவது மட்டுமல்ல. குப்பை அள்ளுவது, சாக்கடைத் தண்ணீ ர் எடுப்பது

மலம், சேறு வாருவது... என்று எல்லா வேலையும் செய்வான் வாலிப வயதில் மாட்டு வண்டியைப் பூட்டிக் கொள்வான். வண்டியின் பின்னாலுள்ள தகரத் தொட்டியில் சாக்கடை நீர் மொள்ளக் கிளம்பிடுவான்.

மாடு மாதிரி உழைக்கும் அவனை அதிகாரிகள் கடுமையாக வேலை வாங்கி உறிஞ்சி எடுத்து விடுவார்கள். வெய்யில், மழை, புயல் என்று எதுவானாலும் வேலைக்குக் காலையில் வந்து விழுந்துவிடுவான். இத்தனைக்கும் சொந்த வீடு, வாசல், நிலம் என்று எதுவுமின்றி அலுவலகம் ஓரமுள்ள நடைபாதையின் ஓரத்தில் பேருந்து நிற்கும் நிழற்குடையின் கீழ் குப்பையோடு குப்பையாய் இரவில் சுருண்டு கிடப்பான்.

அப்போதெல்லாம் வீட்டுக்கு வீடு முன்புறத்தில் சாக்கடைத் தொட்டிகள் இருக்கும். வாய்க்கால் முறையாகக் கட்டாமலும் போய்ச் சேரும் வழியும் இல்லாத காலம். எல்லார் வீட்டு முன்பும் நிறையும் தொட்டி நீரை நகராட்சிப் பணியாளர்கள் எடுத்துக் கொண்டு போய் ஊருக்கு வெளியே ஊற்ற வேண்டும். இவனோடு செவிடன், மணிகண்டன், கருப்பசாமி, முனுசாமி, பாண்டியன், சேகர்... எல்லார்க்கும் இந்த மாதிரி வேலைதான்.

தனக்கு ஒதுக்கப்பட்ட தெருக்களில் வீடு வீடாய் வாளியால் மொண்டு தொட்டியில் ஊற்றுவான் மலையான். கீழிருந்து மொண்டு தலைக்கு மேலுள்ள தொட்டியில் ஊற்றுவதற்குள் நெஞ்சு விரிந்து போகும். அவனுக்கு ராத்திரியில் சாராயம் இல்லாவிட்டால் கஞ்சா இழுத்தால்தான் மயங்கி அப்படியே உறங்கிப் போவான்.

காலையில் மருதூர் பக்கம் போனால் மாந்தோப்புத் தெரு, நரசிங்கபுரத் தெரு, பாரதியார் தெரு, அப்பர் தெரு என்று வட்டம் அடித்து வந்துவிடுவான். மாலையில் அக்ரஹாரம், மேல் செட்டித் தெரு, கீழ் செட்டித் தெரு, வடக்குத் தெரு என்று போய் முடிப்பதற்குள் போன உயிர் திரும்ப வந்த மாதிரி இருக்கும் அவனுக்கு.

வேலை செய்து வாங்குகிற சம்பளமெல்லாம் அவ்வப்போது குடிக்கவும் சாப்பிடவும் கைமாத்தா வாங்குற காசுக்காக வட்டியும் முதலுமாய்ப் போய்விடும். இவன் இப்படிக் குடித்து அழிக்கும்

நிலையைப் பார்த்துப் பிள்ளைகளும் பெண்டாட்டியும் இவனை நிறுத்தி என்னவென்று கேட்காமல் பிரிந்து சென்றதுதான் மிச்சம். கட்டுப்பாடுகள் எதுவுமில்லாமல் ஆனான் மலையான்.

கூடவே வேலை செய்த ரங்கனும் லட்சுமியும் இவனைக் கூப்பிட்டு விசாரித்தாலோ அடிக்கடி புத்திமதி சொன்னாலோ, எல்லாம் எனுக்குத் தெரியும், பெரிசா சொல்ல வந்திட்ட என்று எளக்காரமாய்ப் பேசுவான்.

இவனை விட்டு ஓடிப்போன நாள் முதல் சின்னம்மாள் தானுண்டு தன் பிழைப்புண்டு என்று கிடப்பாள். அவன் சம்பளம் வாங்குகிறானா, வாங்கி என்ன செய்கிறான் என்பதெல்லாம் அவளுக்கு அக்கறை கிடையாது.

கோயில் வாசலில் அலுமினியத் தட்டோடு சதா உட்கார்ந்து கிடக்கும் அவளை அங்குப் போகிற வருகிற பலருக்கும் தெரியாமலிருக்க வாய்ப்பில்லை. சில்லறைக்காசுகள் சேர்ந்ததும்

இட்லியோ சோறோ காந்தி சிலை அருகேயுள்ள சின்னச் சாப்பட்டுக் கடையில் வாங்கிச் சாப்பிடுவாள்.

எதிரே காந்தி சிரித்தபடியே சிலையாய் நின்றிருப்பதைச் சின்ன வயசிலிருந்து பார்த்துப் பழகியவள்தான். மலையானும் தோற்றத்தில் மேல் சட்டையின்றிக் கழியோடு ஆனால் கறுத்து வெடவெடத்துப் போய்க் கிடப்பதைச் சமயத்தில் நினைத்துப் பார்ப்பாள். அடச்சீ... கசமாலம்... என்று நினைவுகளை உதறிவிட்டுப் போய் கோயில் வாசலில் படுத்துக் கொள்வாள்.

பிச்சையெடுத்துச் சில்லறைக் காசுகளை மிச்சப்படுத்திச் சேர்த்துச் சுருக்குப் பையில் வைத்து வெளியே தெரியாதவாறு குட்டைப் பாவாடைக்குள் சொருகியிருப்பாள். அவற்றைக் கேட்டுத்தான் அடிக்கடி இப்படி வந்து அவன் தொல்லை கொடுப்பது. அது அவளுக்கு எரிச்சலாக இருக்கும். கூடவே கோபம் எழ அவனைத் தட்டிக் கேட்க ஆளில்லாத நிலை கண்டு மனங்குமைந்து அழுவாள். அப்போது குரல் வலுவின்றிப் பிசுபிசுத்துப் போகும் அவளுக்கு.

“ஏய் கடைசியா கேக்குறேன்”

“இன்னா கேக்குற”

“காசுதாண்டி குடுக்கிறியா இல்லியா”

“இல்ல... இல்ல... இல்ல..., எங்கனா ஒழிஞ்சுபோடா...”

அவள் ஆத்திரத்தில் பிச்சையெடுக்கும் தட்டை எடுத்து அவன் மேல் வீச, அவனுக்கும் கோபம் வந்து அவளைப் புரட்டிப் போட்டு உதைக்க ஆரம்பித்தான். கட்டியிருந்த கந்தல்புடவை மக்கிப்போய் மேலும் கிழிந்து கந்தலாய் ஆனது. சுருக்குப் பையிலிருந்து ஒன்றிரண்டு காசுகள் ஓடிப்போய் விழ அவன் சுருக்குப்பையோடு அவளை விட்டுக் கிளம்பினான்.

அவளால் சட்டென ஓடிப் போய் வாங்க முடியாதபடிக்குக் கால்கள் வலுவிழந்து கிடந்தாள். சில்லறைக் காசுகளின் கனம் அவனுக்கு உள்ளுக்குள் மகிழ்ச்சியைத் தந்தது. உடல்கள் தளர்ந்து காணப்பட்டாலும் காலை இழுத்துக் கொண்டு சாராயம் விற்கும் இடம் நோக்கி முன்னேறினான்.

ஒருமுறை ரெண்டு முறை அல்ல. பலமுறை அலுவலகத்திற்கு நடந்திருக்கிறான் மலையான். அவனுக்குச் சேர வேண்டிய பணம் கிடைத்தபாடில்லை. ஆத்திரத்தில் ஒருமுறை கல்லுக்கட்டிகளை அலுவலகத்திற்குள் வீச அவனை அடித்து இழுத்து வந்து வெளியே போட்டார்கள் காவலர்கள். வட்டிக்காரன் இழுத்துப் போய் ஒன்றிரண்டு கைநாட்டு வாங்கி சில்லறைப் பணங்களை வாங்கிக் கொண்டான்.

கையில் இருவதோ முப்பதோ கொடுத்து அன்றைய செலவுகளுக்கு ஈடுகட்டிவிடுவான். தொடர்ச்சியாய்த் திரும்பத் திரும்பப் போய் அவனிடம் நின்று அஞ்சு பத்து என்று வாங்கிக் கொள்வான். பணம் ஏதாச்சும் வந்தால் அவனிடம் கணக்கு வழக்குத் தெரியாமல் கொடுத்துவிட்டு நிற்பதும் வழக்கமாய் இருந்தது. வேலையில் இருக்கும் போதும் அப்படித்தான்.

ரங்கனும் லட்சுமியும் மருதூர் பக்கம் வேலைக்குக் கிளம்பத் தயாரான போது மலையான் லொக் லொக்கென்று இருமியபடி அலுவலகத்தின் பக்கத்தில் மரத்தோரம் படுத்துக் கிடந்தான்.

என்ன ஆச்சோ ஏதோ என்று நெருங்கி வந்து விசாரித்தாள் லட்சுமி. ரங்கன் அவன் கைகளைத் தூக்கிப் பார்த்து அவள் முகத்தை வெறித்தான்.

“ஏண்ணே இன்னாச்சு”

“மாரு நோவுது”

“ஏன்”

“சரியா சோறு தண்ணி இல்ல”

“இப்படிக் குடிச்சே அழிச்சா எப்படி”

அவள் கேட்கக் கேட்கப் பேச்சு குழறித் தடுமாறியது அவனுக்கு.

“பணமெல்லாம் வாங்கிட்டயா”

“ரிட்டயர் ஆயி ரெண்டு வருசம், நடயா நடக்கிறேன், பணமும் வர்ல, பென்சனும் கெடைக்கல”

“இன்னாதான் சொல்றாங்க” ரங்கன் கேட்டான்.

“பணம் இல்ல, பணம் இல்லன்றாங்க”

லொக்கென பெரிய இருமலாய் இருமிச் சளியைக் கொத்தாய்த் துப்பினான் மலையான்.

“அய்யாவப் பாத்தியா”

“யார”

“அதான் கமிசனரப் பாத்தியா”

“அவரப் பாக்காத நாளில்ல, போனாலே தொருத்தராரு”

“ஏன்”

“மேனேஜரப் பாரு அவரப் பாரு, இவரப் பாருன்றாரு; எப்பிடி இந்த ஊருக்கு வொழைச்சேன் தெரிமா...”

மலையானின் கடைக்கண்ணில் கண்ணீர் வழிந்து மண்ணில் விழுந்தது.

“எனக்கு மட்டும் தெரியாதாண்ணே”, ரங்கன் இடைமறித்துப் பேசினான். “பேசாம பொண்ணு வூட்டாண்ட போறதான”.

“அய்யோ, அது சேக்காதுப்பா, சேக்காது...”

“போய்த்தான் பாரேன்”.

“நான் போவுல. குடுக்க வேண்டிய பணம் குடுத்தாலே போதும், ஏதாச்சும் வெசம் கிசம் குடிச்சு செத்துப்புடுவேன்”.

மலையானின் எரிச்சல் கலந்த வார்த்தைகள் இருவரையும் கண்கலங்கச் செய்தது. அவர்கள் வேலைக்குக் கிளம்பத் தயாரானார்கள்.

“கெவர்மெண்டு ஆஸ்பத்திரிக்குப் போய் வொடம்பக் காட்டேன்”

“ம், அதுவொன்னுதான் கொறைச்சல்”

“அப்படி சொல்லாதண்ணே”

லட்சுமி கெஞ்சியபடி சொல்லிவிட்டு நகர்ந்தாள்.

"பணம் வந்தா வர்ட்டும், இல்லாட்டி இங்கயே பொணமாவுறன்"

அவனது இருமல் அடிவயிற்றிலிருந்து குபீர் குபீர் என எழுந்தது. மரத்தோரம் சளியைக் கட்டிக்கட்டியாய்த் துப்பினான். கண்கள் வெளியைப் பார்க்க முடியாதபடி மங்கலாய்த் தெரிந்தது. இப்படியும் அப்படியுமாய் நீண்ட நேரம் புரண்டு கொண்டிருந்தான்.

அலுவலகம் மட்டுமின்றி சுற்றியுள்ள எல்லாம் சேர்ந்து உலகமே கிறுகிறுவெனச் சுற்றுகிற மாதிரி இருந்தது. பசி குடலைப் பிசைந்தெடுக்க மறுபக்கம் இருமல் நெஞ்சைக் கோடரியால் பிளப்பது போல் இருந்தது.

தட்டுத்தடுமாறிக் கையிலிருந்த கோலை ஊன்றி எழுந்து அரையும் குறையுமாய் நின்றான். குபீரெனக் கிளம்பிய எச்சிலைக்கூட்டி நகராட்சி அலுவலகச் சுவரின் மீது காறித் துப்பினான். ஒடிந்து விழுந்துவிடும் கொடி போலக் கோலைப் பற்றிக் கொண்டு கொஞ்சம் கொஞ்சமாய்ப் பக்கத்து மாந்தோப்புத் தெருப் பக்கம் நடந்து சென்றான்.

எதிரே வேலையை முடித்துவிட்டுத் திரும்பிய ரங்கனும் லட்சுமியும் மூலைத் திருப்பத்தில் இவனைப் பார்த்து அதிர்ச்சியோடு அப்படியே நின்றுவிட்டார்கள்.

ஒரு வீட்டு வாசலில் டப்பாவில் கஞ்சி வாங்கிக் குடித்துக் கொண்டிருந்தான் மலையான்.

□ செம்மலர், அக்டோபர் 2002

பறை

தேவகிக்கு மனம் இருப்புக் கொள்ளாமல் இப்படியும் அப்படியுமாகத் தடுமாறினாள். சாதாரணமாக இருந்த அவளுக்குள் ஏதோ ஒன்று உந்து சக்தியாக இயங்கி தெருவிற்கும் பிரதான சாலைக்குமாக நடந்தாள்.

சாவு வீட்டில் ஒரே களேபரமாக இருந்தது. அழுகையும் கூச்சலுமாக இருந்தது. அதிகாலையில் இறந்து போன நாட்டாமைக்குச் சுற்று வட்டாரம் முழுக்க போய்த் தகவல் சொல்லி வரக் கோல்காரனை அனுப்பி இருந்தார்கள்.

சக்கிலித் தெருவில் நாலைந்து தெருக்களிலும் எப்படியும் மறுநாள்தான் சாவை எடுப்பார்கள் என்பதை உறுதி செய்து கொண்டார்கள். பொதுவாகவே எப்போது செத்தாலும் மறுநாள்தான் எடுப்பது அங்கு வழக்கமாக இருந்தது. தேவகியைச் சேர்த்துப் பத்து இருபது பேர் சாவைச் சுற்றி அழுது புரண்டு கொண்டிருந்தார்கள். தேவகி கொஞ்ச நேரம் போய்க் கட்டிப்பிடித்து அழுவதும், அப்புறம் எழுந்து வருவதுமாக இருந்தாள்.

தெருவில் பலபேர் கூலிப் பிழைப்பாக இருந்ததால் கண்டிப்பாய்ப் போக வேண்டிய சூழ்நிலை நகராட்சியில் வேலை செய்யும் சொந்தக்காரக் குடும்பங்கள் சுகாதார ஆய்வாளரிடம், சாவினைக் காட்டி ரெண்டு ரெண்டு நாள் விடுமுறை வாங்கிக் கொண்டார்கள்.

"ஏன் டி தேவகி, கொளத்து வேலைக்குப் போவுலியா"

சப்பச்சி கேட்டாள். சப்பச்சியின் பெயர் சகுந்தலா. வயது ஆக ஆக அவள் உடல் பெருக்காததால் சப்பச்சி என எல்லோராலும் அழைக்கப்பட்டாள்.

“போவுலக்கா”

தேவகி குரல் லேசாகத் தழுதழுத்தது.

“ஏன், இன்னா உனுக்குக் கேடு”

“நல்லாதான் கீறேன்”

“அப்புறம் இன்னா போவ வேண்டியதான”

“நாட்டாம மாமன் செத்திச்சு இல்ல”

“அதுக்கின்னா இப்ப, நாளைக்குதான தூக்கறாங்க”

“இல்லக்கா”

“போடீ போய்ப் பொழப்பப் பாருடீ...”

சப்பச்சிக்கு எப்படிச் சொல்வதெனப் புரியவில்லை. வளைத்து வளைத்துக் கிளப்புவதிலேயே குறியாய் இருந்தாள்.

“நேத்துக் கட்டடத்துல தட்டப் போட்டுகினு உழுந்திட்டன்க்கா...”

“அப்பிடியா”

“வொடம்பெல்லாம் நோவுதுக்கா”

“சரி, சரி இப்ப எங்கப் போற”

“கடைக்கு, டீ வாங்கியார”

“செத்த, எனக்கும் ஒரு டீ வாங்கியா”

சப்பச்சி ஒரு செம்பை எடுத்துக் கொடுத்து சில்லறையைக் கொடுத்தாள்.

தேவகி தேநீரை வாங்கி வந்து அவளும் மகளுமாகக் குடித்தார்கள். “நீ வூட்டாண்ட இரு” என மகள் பொன்னியிடம் சொல்லிவிட்டுச் சாவு வீட்டுப் பந்தலில் வந்து உட்கார்ந்தாள்.

நாட்டாண்மையின் மகனும் மருமகனும் காலையில் பந்தல் போடுவதிலிருந்து ஆட்களை அனுப்பிச் செய்தி சொல்வதிலிருந்து,

குழி வெட்ட, பாடை செய்ய, மேளம் கூப்பிட என்று ஆட்களைத் தயார்படுத்திக் கொண்டிருந்தார்கள்.

“இன்னாடா வெய்யில் உச்சி ஏறிப்போச்சு, மோளம் வர்லியாடா”

பெரியவர் ஒருவர் கேட்க, “தோ வந்திடும்” என்று சொன்னான் அருகே நின்றிருந்த நாட்டாமையின் மகன்.

நாட்டாமையின் மனைவி பர்வதத்திற்கும் காலையிலிருந்து அழுது தொண்டை வறண்டு இறுகிப் போய்விட்டது. முகம் உப்பிக் கண்கள் குளமாகி நின்றது. கறுத்து சிவந்து போன பற்களின் வழியே அவ்வப்போது எச்சிலைத் துப்பிக் கொண்டிருந்தாள்.

“என் சீமான், என் சீமானப் பாத்திங்களா யாராச்சும்...”

அவளது கதறல் தெரு முழுக்க நிறைந்தது. கூடவே பெண்கள் பலர் சேர்ந்து அழும் போது ஓவெனப் பேரிரைச்சல் பிரதான சாலை வரை கேட்டது. பர்வதம் மகனை அழைத்துக் கேட்டாள்.

“எல்லாம் சொல்லியாச்சா”

“ம்..., சொல்லியாச்சு”

“இன்னாத்த பண்ணீங்க”

“வெளியூரு, சுடுகாடு, பாடை... எல்லாத்துக்கும் ஆளு போயிடுச்சு”

“சரி, மோளம் இன்னாச்சு”

“ரெண்டு மூனு எடம் தேடியும், கெடைக்கல. அப்புறம் வேற...”

“நம்ம மாயாண்டியப் பாத்தியா”

மாயாண்டியின் பேரைக் கேட்டதும் அழுகையோடே நிமிர்ந்து கவனித்தாள் தேவகி.

“இல்ல”

“அப்புறம் என் வாயில நல்லா வந்திடப்போவுதுடா”

“ஆள அனுப்பறேன்ம்மா”

“அதெல்லாம் வேணாம்; நேராப் பெரிய காலனிக்குப் போ வூட்டப் பாரு”

“சரி”

“அப்டி இல்லன்னா, பஸ் ஸ்டாண்டு மூலைல செருப்புத் தைப்பான் கேளு”

“சரிம்மா”

“தோ பாரு எங்க இருந்தாலும் நான் சொன்னேன்னு அவன இட்டார ஆமாம்”

பர்வதத்தின் குரலில் கண்டிப்பு இருந்தது.

வருகிற வழியைப் பார்த்துக் கொண்டிருந்தாள் தேவகி. அவன் எப்படியும் வந்து விட வேண்டும் என மனதிற்குள் நினைத்துக் கொண்டிருந்தாள். பொன்னியை அடிக்கடிப் பார்த்துச் சிரித்துக் கொண்டாள்.

பொன்னி வளர்ந்து ஆளாகி இன்றைக்கோ நாளைக்கோ பெரிய பெண்ணாக ஆகிற நிலைமையில் இருந்தாள். ஒரு விதத்தில் அவளுக்கும் பெருமையாக இருந்தது. மாயாண்டியின் வருகை சாவு வீட்டிற்குத் தேவையோ இல்லையோ அவளுக்கு அவசியமாய் இருந்தது.

மாயாண்டி தெருவிற்குச் செல்லப்பிள்ளை மாதிரி. எத்தனையோ நல்லது கெட்டதிற்கெல்லாம் வந்து போவான். பலபேர் வந்து வாசித்தாலும் மாயாண்டியின் பறையிலிருந்து வரும் ஓசை செவிக்கு இனிமையாகவும் ஆடுபவர்களுக்கு வசதியாகவும் இருக்கும்.

எல்லோர் கையிலும் விரல் இருந்தாலும் தாள லயத்திற்கேற்றபடி மாயாண்டியின் விரல்கள் சொடுக்குகிற விதமே தனிச் சிறப்பாய் இருக்கும். இவற்றைப் பார்த்து விட்டு மாயாண்டி சாப்பிடப் போகும் போது யார் வீட்டுத் திண்ணையிலாவது மேளத்தை வைத்துவிட்டுப் போவான். இளவட்டங்கள் சில வந்து ஒரு பக்கம் விரலாலும் ஒரு பக்கம் கழியாலும் அடித்து எப்படியாவது

முட்டி மோதிப் பார்ப்பார்கள் மாயாண்டியின் வாகு யாருக்கும் வராது.

முன்பெல்லாம் மாட்டுத் தோலினாலான மேளங்களோடு நாலைந்து பேர் வருவார்கள். கூடவே பித்தளை வட்டத்தகடு இரண்டு இருக்கும். மற்றவர்கள் மேளம் வாசிக்க ஒருவன் பித்தளைத் தகட்டால் ‘சைங்... சப்... சைங்...’ சப் ஒலிக்கும். பாடிக் கொண்டே ஆடுகிறவர்களுக்கு மேளத்தோடு அது தூக்கிக் கொடுக்கும். இடுப்பை முன்பக்கம் நெம்பி நெம்பி ஆடுவார்கள்.

சுற்று வட்டாரக் கிராமங்களில் சட்டி மேளங்கள்தான் அதிகம். “ஜ்ஜ்ஜ நக்கர... ஜ்ஜ்ஜ நக்கர...” என்று அது ஒருவிதமான ஓசை. இடுப்பில் கட்டிக் கொண்டு அடிப்பார்கள். பலபேர் அடித்துக் கொண்டே ஆடுவார்கள். சாவு வீட்டில் அழுவதை நிறுத்தி விட்டு இதை வேடிக்கை பார்க்கும் ஒரு கூட்டம்.

நகர்ப்புறங்களில் இப்போதெல்லாம் இப்படியில்லை. ‘ஃபைபர்’ என்கிற மெல்லிதான தோலைப் போன்று ஒரு இழையை மேளத்தில் இறுக்கி முடுக்கியிருப்பார்கள். மழைக்காலத்தில் மாட்டுத் தோல் நனைந்தும் ஈர சொதசொதப்பில் குளிர்ந்தும் ஒலி வராமல் சவுக்கு சவுக்கென்றிருக்கும். அவ்வப்போது வைக்கோல் அல்லது கருப்பஞ் செத்தையைச் சூடு காட்டிதான் அடிக்க முடியும்.

இவற்றில் இப்படியில்லை. வெய்யிலானாலும் மழையானாலும் ஒலி கணீரென்று இருக்கும். தகரத்தில் சிறுசிறு கற்கள் எறிந்த மாதிரி சத்தம் பிரதான சாலை வரைக் காதைக் கிழிக்கும். போகிற வருகிறவர்கள் யார் என்ன என்று விசாரிக்கிற மாதிரி பறை அதிரும்.

அதிலும் மாயாண்டி வெளியிடங்களில் அடிக்கும் போது நாலைந்து பேராகப் போய்க் கூலி முடிந்த வரை கேட்டு வாங்கிவிடுவான். தெருவில் எல்லாம் சாதி சனம் சொந்த பந்தம் என்றிருந்ததால் ரெண்டு மேளம் ஒரு பீப்பியோடு சரி. கொடுக்கிற கூலியை வாங்கிக் கொள்வான். பீப்பி, சின்ன நாயனம் மாதிரி அழகான இசையோடு பாடலாக வரும். கேட்பவர்கள் மயங்கிப் போவார்கள்.

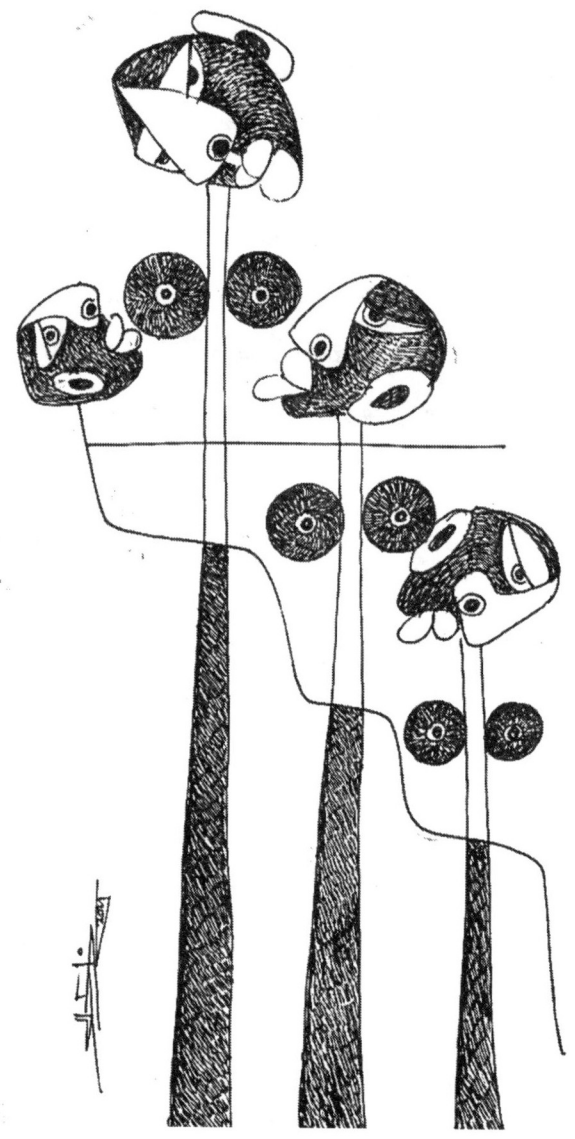

‘எட்டடுக்கு மாளிகையில் ஏற்றி வைத்த என் தலைவன்...’ பாட்டைக் கேட்க சாவு வீட்டில் கண்ணீர் ஆறாய்ப் பெருகும்.

எல்லோருக்கும் எதிர்பார்த்த மாதிரி மாயாண்டியே வந்து விட்டான். அவனுக்கென்று ரசிகர் பட்டாளம் ஊர் முழுக்க நிறைந்திருந்தார்கள். எல்லோர் முகத்திலும் தவிர்க்க முடியாமல் புன்சிரிப்பு. தேவகிக்கு அவனைப் பார்த்ததும் உள்ளம் குளிர்ந்தது.

“இன்னாடா, இப்பதான் வர்ற”

பெரியவர் உரிமையோடு அவனை விசாரித்தார்.

“ஆளு கெடைக்கல தாத்தா, இப்பதான் வர முடிஞ்சது”

“சரி... சரி... ஆவட்டும். மொதல்ல நாலு தட்டு தட்டு”

“டேய், கள்ளப்பாட்டு பாடணும் நவுருடா”

ஒருவன் மேளத்தைச் சுற்றி நின்றவர்களை விலக்கி வந்து முன்பாக நின்றான்.

தேவகி எழுந்து போய் அவன் குடிசையைப் பார்த்தாள். பொன்னியைக் காணவில்லை. தெரு மூலையில் பிள்ளைகளோடு விளையாடுவதைப் பார்த்துவிட்டு வந்தாள்.

“ஏய் பொன்னி வா வா, அவரு வந்திருக்காரு”

“யாரு”

“ங்கொப்பா...”

“ம்...க்கும்...” பொன்னி சலித்துக் கொண்டாள்.

“ஏய் வாடி, போய்ப் பாரு, பாத்துப் பேசு”

“நான் போவுலம்மா”

“ஏய் வாடின்னா”

அவளை அதட்டிப் பிடித்து இழுத்து வந்து மாயாண்டியிடம் போகச் சொல்லிவிட்டு தேவகி சாவு வீட்டில் குனிந்து கொண்டு அழுதாள். அவள் சிந்தனைகள் பலவாறாகச் சிந்தித்தது.

சாவிலிருந்து ஒரு பத்தடி தூரத்தில் மாயாண்டி மேளம் அடித்துக் கொண்டிருந்தான். பொன்னி அவனை நெருங்கிச் சிரித்ததும் பதிலுக்கு மேளம் அடித்தபடியே சிரித்து வைத்தான். குடிக்கத் தண்ணி கேட்டதும் செம்பில் மொண்டு வந்து கொடுத்தாள். எதிரே நாலைந்து சிறுவர்கள் பறைமேளத்திற்குத் தகுந்த மாதிரி ஆடிக் கொண்டிருந்தார்கள்.

"நாரையாரே... நாரையாரே..."

ஒருவன் அவ்வப்போது இடையிடையே பாடிக் கொண்டிருந்தான்.

கிட்டத்தட்ட ஏழெட்டு வருசமிருக்கும். மாயாண்டி அவளை விட்டுப்போய். இதுநாள் வரை ஒரு பேச்சு மூச்சில்லை. சந்தடி சாக்கில் எங்காவது பார்ப்பதோடு சரி. அவன் பார்க்கும் போது அவள் திரும்பிக் கொள்வதும் அவள் பார்க்கும் போது அவன் திரும்பிக் கொள்வதுமாய் இருந்தது.

செத்துப் போன நாட்டாமைதான் இவர்களைச் சேர்த்து வைத்தவன். காத்தவராயன் சாவின் போது தேவகியைப் பார்த்திருந்தான். கருப்பாய் ஒல்லியாய்ப் பார்ப்பதற்கு லட்சணமாய் இருந்தாள். மாயாண்டி மேளம் அடிக்க வந்த போது அவன் அழகையோ, அவன் வாசிப்பின் அழகையோ ரசித்தபடி அடிக்கடி அந்தப் பக்கம் வந்து போய்க் கொண்டிருந்தாள். பிறகு சந்தடி சாக்கில் பேசிக் கொண்டிருந்ததை நாட்டாமை பார்த்து விட்டான். அதிலிருந்து அடுத்தடுத்து தெருவிற்கு வந்து போக ஆரம்பித்தான் மாயாண்டி.

'என்ன' என்றால் 'சும்மா' என்பான். நாட்டாமைக்குப் புரிந்து, தேவகியின் அம்மாவிடம் சொல்லி, அவன் முன்னாடியே நடு வீட்டில் தாலிகட்டி வைத்தான்.

"...காட்டுல மோட்டுல எலி புடிக்கிற
கிழிஞ்சு போன சூத்தா
ங்கொம்மா ஏழு பேற..."

மாயாண்டி ஒழுங்காக மேளம் அடிப்பதும் மீதி நேரங்களில் செருப்புத் தைப்பவனுமாக இருந்தான். வெளியூர்களில் மேளம் அடிக்கும் போது குடித்துவிட்டு வருவதும் பல நேரங்களில்

குடித்துவிட்டு அங்கேயே கிடந்து மறுநாள் வருவதுமாக இருந்தவனைப் பிடித்து தேவகி ஒருநாள் உலுக்கு உலுக்கென்று உலுக்கினாள்.

"ஏன் ராத்திரி வர்ல" தேவகி கேட்டாள்.

"வெளியூர்ல பஸ்ஸு கெடைக்கலடீ"

"அதெல்லாம் சும்மா"

"பின்ன"

"எங்காச்சும் குடிச்சிருப்ப"

"ஆமாம் குடிச்சன்தான்"

"குடிச்சா பரவாயில்ல; அப்பிடியே தேவடியா வூட்ல படுத்திட்டிருப்ப"

"உன்கிட்ட பெரிய ரோதனையாய்ப் போச்சுடி... என் புத்தியச் செருப்பால அடிக்கணும்"

"ஏன்?"

"உன்ன கட்டிக்கிட்டன் அதான்டீ"

"பின்ன வூடு வாசல், புள்ளகுட்டியில்ல..."

"எப்ப மோளத்திற்குப் போனாலும் இதே பேச்சு, கருமாந்தரம், ச்சே..."

"ஏன் நீ ஆயிரம் பண்ணுவ, நான் கேப்பனா கேக்க மாட்டனா"

அழுது புரண்டு தெருவையே கூட்டி விடுவாள். அவன் வெட்கப்பட்டு அசிங்கப்பட்டு அவளை மீறி பேசாதபடிக்கு ரெண்டு தட்டுத் தட்டிவிடுவான். அப்புறம் ரெண்டு நாளானதும் சரியாய்ப் போகும். பேச ஆரம்பித்து விடுவார்கள்.

"...நான் செத்தேன்னு சேதி கண்டா
செஞ்சிப் பெரண்டு வரும்
செஞ்சிப் பெரண்டு வந்து..."

இதேபோன்று ஒருமுறை அவர்களுக்குள் சண்டை வலுத்தது. தேவகியை அவன் அடித்துப் புரட்ட தெருவே கூடிப் பஞ்சாயத்துப் பண்ணாத குறையாக ஆகிவிட்டது.

"..."

"..."

"நீ யாரு என்ன கேக்க" மாயாண்டி கேட்டான்.

"உன் பொண்டாட்டி, ஒருத்தனுக்கு முந்தானய விரிச்சவடா"

"ஆமாம் பெரிசா நீதான்..."

"நீ ஆணவத்தால அழியப் போற பாருடா"

"யாருடீ நானா"

"சத்திமா நீதான் டா"

"சரிதான் போடி"

"என்னை விட்டா எவடா உன்னச் சீண்டுவாள்"

"பாப்பம்மாடீ"

"பாப்பம்டா"

"சீமான் மாதிரி வாழறன் பாருடீ"

"எவ அவ எல்லாத்தையுஞ் சேத்து வெச்சு அறுத்துருவேன் தெரிமா..."

அப்போது போனவன்தான். கிட்டத்தட்ட ஏழெட்டு வருசம் ஆகிப்போச்சு. அவன் வேறு ஒரு பெண்ணைச் சேர்த்துக் கொண்டு தனிக்குடித்தனம் பண்ண ஆரம்பித்துவிட்டான்.

"...ஏய் வுட்டாட வுட்டாட கம்பத்துல - மாமா
உட்டுட்டு போனயடா தும்பத்துல
சந்தைக்குப் போன மச்சான்
சங்குமணியொன்னு வாங்கிவாயேன்..."

எத்தனையோ பேர் சமாதானம் சொல்லிப் பார்த்தும் மாயாண்டி தேவகி பக்கம் திரும்பிக்கூடப் பார்க்கவில்லை. அவளும் ஆத்திரத்தில் ஏதேதோ பேசிவிட்டுக் காலம் முழுவதும் அவனை நினைத்து அழுதபடியே கிடந்தாள்.

அவன் உயிரோடு இருக்கிறான் என்பதை மட்டுமே அடையாளமாக வைத்து அவள் கழுத்தில் பித்தளைத் தாலி தொங்கிக் கொண்டிருந்தது.

"...ஆத்துலயும் சேத்துலயும் மாமா...
த்தா... த்தா... த்தா...
த்க்கும்... த்க்கும்... த்க்கும்..."

பாட்டும் மேளமும் அதிர நாட்டாமை சாவு களைகட்ட ஆரம்பித்தது. அவன் தொழிலில் தீவிரமாய் ஈடுபட்டு பறை முழங்க முழங்க தெருவே ஆழ்ந்து ரசித்தது.

அவளுக்கு எப்போதும் போல் அவனிடமிருந்து மவுனமான பதிலே கிடைத்தது. பொன்னிக்கு மறுநாள் போகும்போது அய்ம்பது ரூபாயைக் கொடுத்துவிட்டுப் போனான்.

மாயாண்டி போன பின்பு இரவு கண்ணீரோடு படுத்துக் கொண்டு கண்களை மெல்ல மூடினாள். பறைச் சத்தம் 'நங் நங்' என்று அதிரக் காதைக் கிழிப்பது போன்ற பிரமை இன்னமும் தேவகிக்கு இருந்து கொண்டிருக்கிறது.

□ புதிய கோடாங்கி, அக். 2002

இருள் தீ

இருள் கவிந்த அந்த இருட்டு நேரத்தில் தெருவெங்கும் வெறிச்சோடிக் கிடந்தது. பொதுவாகவே பொழுது சாய்வதற்குள் ஒவ்வொருவராக வந்துவிட்ட பிறகு இருப்பதை ஆக்கிச் சாப்பிட்டுப் பொழுதோடப் படுப்பது என்பது எல்லாருக்கும் வழக்கமாகிவிட்டது.

வெட்டவெளியில் பாதையில் நடக்கும் போதே தெருவெங்கும் குகையாய் இருள் சூழ்ந்தது. ஏதோ மின்மினிப் பூச்சி போல் ஒன்றிரண்டு வீடுகளில் விளக்குகள் மின்னின. அஞ்சலை வீடு நெருங்குகையில்தான் எப்போதும் கொஞ்சம் ஆரவாரமாக இருப்பது போல் தெரியும்.

வாசலை ஒட்டி அடிகுழாயில் எப்போதும் தண்ணீர் அடித்துக் கொண்டிருப்பார்கள். தெருவின் ஒரு பகுதியில் அந்தக் குழாயை அரசாங்கம் போட்டது. அதுகூட அஞ்சலை நடையாய் நடந்ததால் மிகப் பெரிய போராட்டத்திற்குப் பிறகு போட்டு விட்டுப் போனார்கள்.

தெரு முழுக்க சனங்கள் தண்ணீர் அடிக்கும் போது 'டொக்... டொக்...' எனச் சத்தம் கேட்டுக் கொண்டே இருக்கும். அதிலும் மாலை நேரத்தில்தான் பல பேர் குளிப்பதும் துணி துவைப்பதும் இருக்கும். இரவு நேரத்திலும் காலைக்கு வேண்டிய தண்ணீரைக் கொண்டு போய்ச் சேர்ப்பார்கள்.

பொதுவாகவே பழங்குடி இருளர்கள் பலர் வாழ்வதால் நாளடைவில் அந்தப் பகுதிக்கு இருளக்குடி எனப் பெயர் வழங்கலாயிற்று. இருளக்குடிக்கென்று தனித்தனிக் குடிசைகளும் ஊரை ஒட்டினாற்போல் இருந்தன.

ஊருக்கும் சேரிக்கும் ஒட்டாமல் தனித்தே இருந்தது. ஒட்டாமல் என்பதைவிட இருளக்குடியைச் சேர்க்காமல் இருந்தார்கள் என்றுதான் சொல்ல வேண்டும். இருளக்குடி சனங்களும் ஊரில் உள்ள சனங்களும் ஒன்றாக வேலைக்குப் போனாலும் வந்தாலும் அவ்வப்போது பேசிக் கொண்டாலும் கொள்வினை கொடுப்பினை என்பதில் கறாராகவே இருந்தார்கள்.

எந்தவொரு நல்லது கெட்டதாய் இருந்தாலும் பஞ்சாயத்தோ பஞ்சாயத்துத் தலைவரோ இருளக்குடி சனங்கள் பக்கம் கரிசனத்தோடு பார்க்கிற பார்வை என்பதெல்லாம் கிடையாது. ஊருக்குத் தொல்லையாக இவர்கள் இருப்பது போல்தான் கருதினார்கள்.

முதன்முதலில் பரமசிவம் குடியேறிய போது இந்த மாதிரி பிரச்சினைகள் ஏதுமில்லை. எல்லா மேட்டுக்குடிகளுக்கும் பொருத்தமாகச் சேவகம் செய்து கொண்டு அவர்களுக்கான ஆளாய் இருந்தான் அவன். புறம்போக்குப் பகுதியில் ஊருக்கு ஒதுக்குப்புறத்தில் ஒண்டிக் கொண்ட போது யாருக்கும் தொல்லையாக அவன் இருந்ததில்லை.

சிரித்துச் சிரித்தே குழைந்து அவர்களுக்குள் தானும் ஒருவன் மாதிரி எப்படியாகிலும் ஒண்டிக் கொள்வான். நிலத்து வேலைக்கும் களத்து வேலைக்கும் போவதோடு அல்லாமல் கல்யாணம் கச்சேரி கருமாதி என்று தானாக நுழைந்து அதைத் தூக்கு இதைத் தூக்கு இதை வை அதை வை... என்று தனது இருப்பைப் பதிவு செய்து கொள்வான்.

மீதியாகிக் கிடைக்கிற சோற்றையும் குழம்பையும் வீட்டிற்குக் கொண்டு வந்து விடுவான். இதற்காகவே அவன் மனைவியும் கூடவே அவனோடு ஒத்தாசை செய்வது போலிருந்து பின்னர் கிடைப்பதை வாங்கிக் கொண்டு திரும்புவாள். பிள்ளைகளும் இதுபோன்ற நேரங்களில் மிக ஆவலோடும் ஏக்கத்தோடும் காத்திருப்பார்கள்.

பரமசிவத்திற்குப் பிறகு சொந்தம் என்று சொல்லி ஒவ்வொரு குடும்பமாக வந்து சேர்ந்த பிறகுதான் இருளக்குடி களைகட்ட ஆரம்பித்தது. அஞ்சலை இருந்த கிராமத்தில் ஊருக்கும்

இவர்களுக்கும் இடம் பொதுவானதென்று பிரச்சினை ஏற்பட்டு ஊரே திரண்டு வந்து காலி செய்யச் சொல்லிவிட்டது.

வட்டாட்சியருக்கும் கலெக்டரு ஆபிசுக்குமாகப் பலபேர் சேர்ந்து அலைந்து இந்த இடம் இல்லாவிட்டால் வேறு இடம் கொடுக்கக் கேட்டு நடையாய் நடந்ததுதான் மிச்சம்.

அஞ்சலையும் சேர்ந்து போய்க் கேட்டுக் கேட்டு கடைசியில் சோர்ந்து போனாள். பரமசிவம் உறவுக்காரன்தான். கொஞ்சம் விபரமானவன். அவனைக் கேட்டுப் போய் ஒவ்வொருவராய்க் குடிசை அமைத்துக் கொண்டார்கள்.

வந்த இடத்திலும் அஞ்சலைக்குப் பிரச்சினை விட்டபாடில்லை. இருந்த ஊரைப் போலவே இந்த ஊரிலும் பிரச்சினைகள் பலவாறாகத் தொடர்ந்தன. வேலை செய்யும் இடங்களில் பிரச்சினை, கூலிப் பிரச்சினை, பேசும் போது, போகும் போது, வரும் போது, பார்க்கும் போது... என்று ஒவ்வொரு இடங்களிலும் பிரச்சினை வந்த நாலைந்து ஆண்டுகளில் வலுக்கத் தொடங்கியது. இவற்றுக்கெல்லாம் அஞ்சலை சங்கத்தில் சேர்ந்து எல்லோரையும் ஒன்றாகத் திரட்டியதால்தான் ஓரளவு பிரச்சினைகளைச் சமாளிக்க முடிந்தது.

பக்கத்து நகரத்திலிருந்து சங்கம் அமைக்க வருவது குறித்த செய்தியை முதன் முதலில் பரமசிவம்தான் சொன்னான்.

“அஞ்சலை இங்க வா”

“என்னண்ணே, வேர்த்து, விறுவிறுத்து ஓடியார”

“இல்ல, பஸ்ஸவுட்டு இப்போதான் நேரா வர்றேன்”

“இன்னா சொல்லு”

“ஏன் வூட்டுல இருக்க”

“வேல கெடைக்கல, போய்த் திரும்பி வந்துட்டன்”

“இன்னாச்சு”

“கரும்புக்குச் சோல கழிக்கிற வேலதான், ஆளு போதும்னு சொன்னாங்க அதான்...”

“அதுக்காக உன்ன மட்டும் கழிச்சுட்டாங்களா”

“இல்ல, நம்ம குடீல நாலைஞ்சு பேருக்கு வேலல்ல. திரும்பிட்டம்”

“மத்தவங்க”

“மத்த எல்லாருக்கும் வேல...”

அஞ்சலை வருத்தத்தோடு சொன்னாள். அவள் முகம் இருண்டது. பரமசிவம் சோகத்தோடு அவளைப் பார்த்தான். உள்ளுக்குள் ஈரம் கசிந்து உருகியது. இதற்கெல்லாம் ஒரு விடிவு காலம் வரப் போகிறது என்பதாய் மனதில் நினைத்துக்கொண்டு சொன்னான். அவன் முகம் சற்றே சந்தோசத்தில் மிளிர்ந்தது.

“நமக்கெல்லாம் சங்கம் வரப் போவுது”

“சங்கமா”

“ம்”

“நமக்கா”

“ஆமாம்”

“கட்சிக்காரங்களுக்குத்தான் சங்கம் அது இதுன்னு...”

“எல்லாம் நமக்குந்தான்”

“அப்படின்னா”

“நாமெல்லாம் சங்கமா ஒன்னா சேரணும்”

“ஒன்னானப்புறம்”

“நமக்கு எல்லாமே கெடைக்கும்”

“ஏய் லெட்சுமி இங்க வாடி...”

பக்கத்து வீட்டிற்குள் இருந்த லட்சுமியை ஆச்சர்யத்தோடு கூப்பிட்டாள்.

"அதுனால நல்லதா, கெட்டதாண்ணே"

"நல்லதுதான்மா, எங்க நம்ம முத்து, மணியெல்லாம்..."

"வேலைக்குத்தான் போயிருங்காங்க"

அவள் சொல்லிவிட்டுக் கவலையோடு கீழே குனிந்தாள். ஏதோ யோசிப்பது மாதிரி தெரிந்தது. அவளுக்குப் பரமசிவம் அண்ணன் சொன்னால் நியாயம் இருக்கும். கொஞ்சம் விபரம் தெரிந்த மனுசன்தான். இருந்தாலும் அவளுக்குள் ஏதோ ஒரு சோகம் இழையோடிக் கொண்டிருக்கிற மாதிரி தெரிந்தது.

"ஏன் இன்னாச்சு", அவன் கேட்டான்.

"இல்ல, நல்லதுன்னா இன்னா கெடைக்கும்..."

"அதான் நமக்கு அடிப்படை வசதி மொதல்ல; இருக்க எடம்; குடிக்கத் தண்ணி, எலவச கெரண்ட்டு..."

"ஓகோ... அதுக்கா"

அவள் புருவங்கள் உயர்ந்தன.

"ஒரு சந்தேகம்ண்ணா"

"ம்... சொல்லு"

"ஒன்னா சேந்தம்ன்னுட்டு ஊர் பொல்லாப்பு ஆயிடப் போவுது"

"அதெல்லாம் ஒன்னும் ஆவாது"

"ஏன்னா ஏற்கனவே நாங்க பல குடும்பம் பட்ட கஷ்டம் போதும் சாமி போதும்..."

"எம்மா, எங்கயோ காட்டு மோட்டுல கெடந்தோம். இப்ப ரெண்டு தலமொறயா ஊரு வொலகத்தப் பாக்கல..."

"சரிதான், ஆனா எவனாச்சும், மனுசனாய்ப் பாக்குறானா"

“...”

“இல்ல மனுசனா நடத்துறானா, சொல்லு பாப்பம்”

“...”

அவளது கேள்விகளுக்கு அவனால் உடனடியாகப் பதில் சொல்லாமல் திணறினான்.

“இன்னாண்ணா பேசாம நின்னுட்ட”

“கேக்கறது சரிதான், ஆனா...”

“இன்னா ஆனா”

“அவுங்க வேலய அவுங்க பாக்குறாங்க, நம்ம வேலய நாமப் பாக்குறம் அவ்வளவுதான்”

“நாம யார் சோத்திலயும் மண்ண வாரிப் போடல; நம்ம வொழைப்புலதான் நாம முன்னேறணும்...” அஞ்சலை சொன்னாள்.

அன்று மாலை பரமசிவம் சொன்னது போலவே நகரத்திலிருந்து சங்கம் அமைக்க ஒரு வாத்தியார் உட்பட நாலைந்து பேர் வந்து போனார்கள். அவளுக்கான சந்தேகங்கள் எல்லாம் சேர்ந்து ஒவ்வொன்றாகக் கேள்வி கேட்கக் கேட்கத் தெளிவாகவே பதில் சொன்னார்கள். அஞ்சலைக்கு நம்பிக்கை பிறந்தது. ஆளுக்குப் பத்து ரூபாய் போட்டு சங்கத்தை அன்றைக்கே தொடங்கினாள்.

“நமக்கும் பின்னால் ஆள் இருக்கிறது. நம் பிரச்சினைகளும் சொன்னால் கேட்பார்கள்” என்கிற தைரியம் அவளுக்குள் அது முதல் வலுக்கத் தொடங்கியது.

பரமசிவம் இயல்பாக இல்லாமல் வேகமாகச் சத்தம் போட்டான். குடிநீர்க் குழாயில் தண்ணீர் அடித்துக் கொண்டிருந்தவர்கள் நிறுத்திவிட்டு அதிர்ச்சியோடு பார்த்தார்கள்.

“ஏய் அஞ்சலை, வெளிய வாடி”

அவன் வெறி பிடித்தவன் போல் கத்தினான். கூடவே மூன்று ஆட்கள் வேட்டியை மடித்துக் கொண்டு நின்றிருந்தார்கள்.

ஒவ்வொருவர் முகத்திலும் ஆத்திரம் கொப்பளித்தபடி இருந்தது. குடிவெறியின் தாக்கம் அவர்கள் பேச்சில் தெரிந்தது. முகம் வியர்வையால் நனைந்திருந்தது.

"வெளிய வர்றியா, இல்ல நாங்க வர்ட்டா" பின்னாலிருந்து ஒருவன் கத்தினான்.

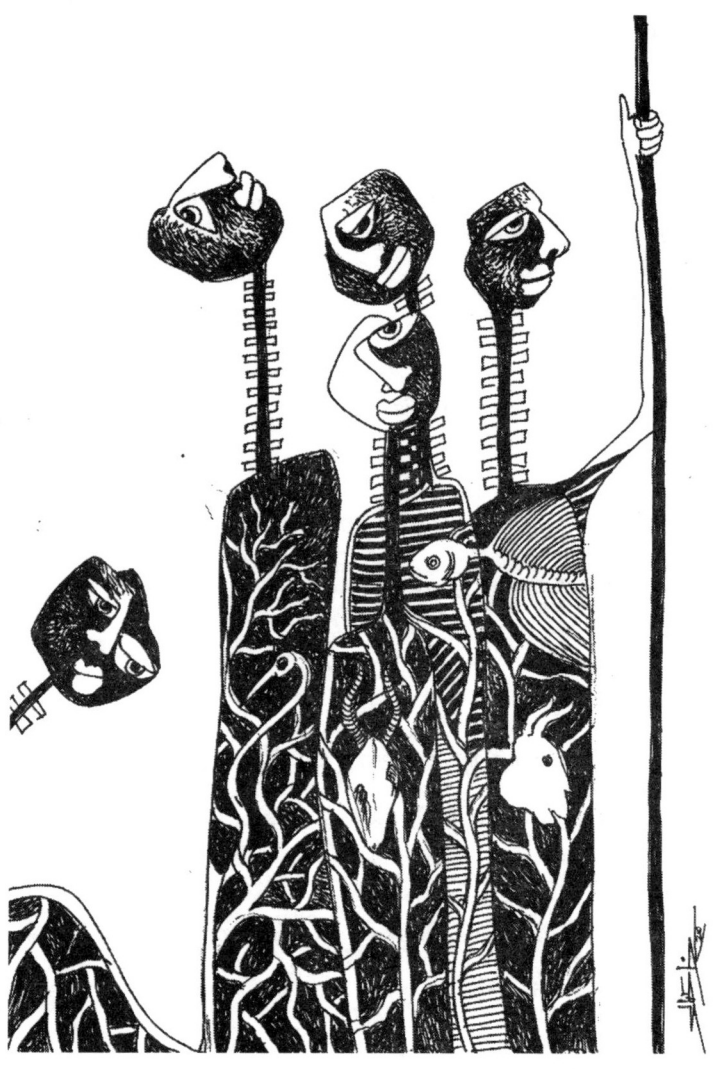

"டேய் என்னடா பாத்துகிட்டு, இழுத்தாடா அவள வெளியே" கொலைவெறி பிடித்தவன் மாதிரி இன்னொருவன் கத்த, தெரு முழுக்க அவனது அலறல் கேட்டது.

என்னவோ ஏதோ என்று தோட்டத்துப் பக்கம் சோறு ஆக்கிக் கொண்டிருந்தவள் உள்பக்கமாக ஓடிவருவதற்குள் ஒருவன் உள்ளே புகுந்து அவளது மாராப்பைப் பிடித்து இழுத்து வந்து வெளியே தூக்கிப் போட்டான்.

கோழிக்குஞ்சை நசுக்கிப் போட்ட மாதிரி அவள் வாசலில் விழுந்து 'ஓ'வென அலறினாள். பொழுது போய் வந்து சேர்ந்த முத்து, மாரி, லட்சுமி எல்லாம் அஞ்சலை வீட்டை நெருங்கினார்கள். எல்லோருக்கும் பீதியாகவே இருந்தது. என்ன ஆச்சு இவனுக்கு என்பது போல் அச்சத்தோடு சற்றுத் தள்ளி நின்று பார்த்தார்கள்.

"எங்கடி அவென்"

"யாரு"

"அதான் ஓடிவந்தானே அவன்"

"மணியா"

"ம்..."

"அவென் வர்றத்தில்ல இப்ப"

"அவள்"

"வேற யாரு..."

"ம்..., தெரியாத மாதிரி நடிக்கிறா பாரு"

இன்னொருவன் சொல்லிக் கொண்டே எட்டி முதுகில் விட்டான்.

"அவன் இழுத்தாந்தானே, கலா"

"அவள் இல்ல" சொல்லிக் கொண்டே அய்யோவெனக் கத்தினாள்.

"இல்லேன்னா எங்கடி"

"தெரில..."

"உனுக்கா தெரியாது" பரமசிவம் கேட்டான்.

அவன் முன்பு மாதிரி இல்லை. எல்லாம் ஒன்றாக இருக்க வேண்டும் என்று சொல்லிச் சங்கம் அமைத்தவன் நாளாக நாளாக அவனாக அதிலிருந்து விலகிக் கொண்டான்.

விலகிக் கொண்டது மட்டுமில்லாமல் எல்லாச் சாதிக்காரர்களோடும் சேர்ந்து சாராயம் விக்கிறது, கட்டைப் பஞ்சாயத்து செய்வது... என்று அவன் உலகம் சவுகர்யங்கள் பலவற்றிற்காய் விரிந்தது. கிட்டத்தட்ட அவனது நடையுடை பாவனையெல்லாம் அரசியல்வாதிகள் போல ஆகி 'வெள்ளையும் சொள்ளையுமாய்' எப்போதும் அலைந்தான். அதைப் பெருமையாகவும் நினைத்தான்.

அவனது மோசமான செயல்பாடுகள் பார்த்து இருளக்குடி சனங்கள் அவனோடு பேசுவதையே நிறுத்திக் கொண்டார்கள். அவன் அதைப் பற்றியெல்லாம் கவலைப் படுவதாயில்லை. வந்திருந்தவர்களில் தானும் ஒரு பிரதிநிதி என்பது போல் அவனது குரல் ஓவெனும் இரைச்சலோடு கிளம்பியது.

"அவளும் அவனோடு போயிட்டா"

அஞ்சலை எழ முடியாமல் உட்கார்ந்தபடியே சொன்னாள். சேரியிலிருந்து மணி, ஊருக்குள் கலாவைக் காதலித்து அவளை ஒருநாள் கூட்டி வந்து விட்டான். தங்கியிருந்த ரெண்டு மூன்று நாட்களுக்கு அஞ்சலைதான் பாதுகாப்பு கொடுத்தாள். அப்புறம் அவர்கள் பிழைப்பு தேடி வெளியூருக்குக் கிளம்பிவிட்டார்கள்.

செய்தி எப்படியோ எட்டிப்போய், பரமசிவம் அவளைச் சின்னா பின்னப் படுத்திக் கொண்டிருந்தான்.

"அவென் எங்கடி"

பரமசிவம் அதிர்ந்தான்.

"யாரு"

"அதான் அந்தப் பொட்டமாரி, உன்வூட்டுக்காரன்"

சொன்னதுதான் தாமதம். அஞ்சலை விருட்டென எழுந்து நின்றாள். மாராப்பை இழுத்தும் சரி செய்தாள். அவிழ்ந்திருந்த

கூந்தலை இறுக்கிக் கட்டினாள். அரையிருட்டில் அவள் முகம் கோபத்தில் கொப்பளித்தது.

“யாருடா பொட்ட மாதிரி, பொம்பளயின்னு பாக்காம நாலு பேரு அடிக்கிறீங்களே, நீங்கதான் டா பொட்டமாரி...”

அவள் கேட்டதும் பின்னாலிருந்து ஒருவன் மீண்டும் எட்டி உதைத்தான். அவள் வலுவிழந்து அறுந்த பச்சைக் கொடிபோல் துவண்டு விழுந்தாள்.

“ஓடி வந்தவங்க எங்கன்னு சொல்லமாட்ட”

“த்தூ... ஓடுங்கடா. நீங்கள்ளாம் ஒரு சென்மம்... உங்கள கம்பி எண்ண வெக்கறேன் இரு...”

அவர்கள் அங்கிருந்து நகர்ந்த பிறகு இருளக்குடியிலிருந்து சனங்கள் வந்து அவளைச் சூழ்ந்தார்கள். அவள் முக்கி முனகிக் கொண்டிருந்தாள். உடல் வலுவிழந்து கிடந்தது. பிள்ளைகள் இரண்டும் கட்டிப் பிடித்து அழுதன.

லட்சுமி சற்று நடுக்கத்தோடே வந்து நின்றாள். காலையில் அஞ்சலை நகரத்துக்குப் போகக் கிளம்பிக் கொண்டிருந்தாள். அவளைப் பார்த்ததும் கண்கள் சொருக உடல்வலியால் துடித்துப் போய் நொடித்தபடி நின்றாள்.

“என்னாடி”

“கெளம்பிட்டியாக்கா”

“ஆமாம்”

“எங்க”

“போலிஸ் ஸ்டேசனுக்கு”

“யக்கா, நம்ம ஏரிக்கரப் பக்கம் இல்ல”

“ம்...”

“போலிசு ஜீப்பு வந்து நிக்குது, பரமசிவம் இன்னும் ரெண்டு மூனு பேரு அவுங்ககிட்ட பேசிக்கிட்டிருந்தாங்க”

“அப்பிடியா”

“அதான் பாத்துட்டு இப்பிடியே குறுக்கால ஓடியாந்தன்”

அஞ்சலை கிளம்புவதற்குள் வாசலில் போலிசு ஜீப்பு வந்துவிட்டது. உள்ளிருந்து ஒருவன் இந்த வீடுதான் என அடையாளம் காட்டினான்.

“யாருடி அஞ்சலை”

“நான்தான் சாமி”

அஞ்சலை குரல் கேட்டு வெளியே வந்தாள்.

“ஏறுடி வண்டீல” போலிசின் குரல் கண்டிப்போடு இருந்தது.

“சாமி, நாலுபேரா சேர்ந்து என்ன அடிச்சிட்டாங்க”

“அப்பிடியா”

“நான் புகார் குடுக்கணும்”

“நீதான், ம்... சரி, ஏறு”

“இல்ல, நான் பஸ்ஸில வர்றேன்”

“ம்... இது அரசாங்க வண்டி, இதுல ஏறு”.

அவன் கட்டாயப்படுத்தினான். வார்த்தைகள் ஒவ்வொன்றும் கிண்டலாய் விழுந்தது.

“யக்கா நானும் வர்ட்டா” லட்சுமி கேட்டாள்.

“வேணாம், நீ போய் மாரியையும் முத்துவயும் ஸ்டேசனுக்கு வரச் சொல்லு”

“சரிக்கா”

“என் புள்ளைங்களப் பாத்துக்க”

“ஆங்...ங்...”

“யக்கா, பயமா இருக்குக்கா”

அவள் கலங்கினாள்.

புழுதியைக் கிளம்பிக் கொண்டு பறந்தது ஜீப், இருளக்குடி சனங்கள் நிலத்தில் வேலை செய்து கொண்டே ஏரிக்கரைப் பக்கம் போகும் போலிசு ஜீப்பை வேடிக்கை பார்த்தார்கள்.

"சொல்லுடி எங்க அவுங்க"

ஆய்வாளர் லட்டியை மேசை மேல் தட்டிக் கொண்டே கேட்டான்.

"யாரு சாமி"

"இழுத்துட்டுப் போன பொண்ணு"

"அந்தத் தம்பியோட போயிட்டா"

"மணி இன்றவனத் தெரியுமா?"

"தெரியும் சாமி"

"நீ ஏற்கெனவே அவன வெச்சிருந்தியா"

"சாமி அப்டியெல்லாம் சொல்லாதீங்க, சொன்னவன் நாக்கு அழுவிப்புடும்"

"ஏய்..."

என்று எழுந்து அவன் கழியால் நெட்டித்தள்ள சுவரோரம் போய் அவள் விழுந்தாள்.

"நாலு பேரு என்ன அடிச்சாங்கன்னு புகார் கொடுக்க வந்தா, நீயுமா சாமி..."

அவள் குமுறினாள். அழுகை ஓவெனப் பீறிட்டது. அவன் லட்டியால் ஒரு தட்டுத் தட்டி அவள் சத்தத்தை நிறுத்தினான்.

"எங்கடி உங்க வூட்டுக்காரன்"

"பொழைக்கப் போயிருக்காரு சாமி"

"எங்க"

"திருப்பதி பக்கம்"

"இவுங்களயும் தள்ளிட்டுப் போயிட்டானா"

"சாமி, அதெல்லாம் கெடயாது"

"நானா சொல்றன், தோ பாரு. புகார் குடுத்திருக்கான்"

"யாரு சாமி"

"பரமசிவம்"

"அவனா..."

"இன்னா அவனா..."

"அவென் ஒரு நாடுமாறிப் பையன் சாமி, அவென் பேச்சக் கேக்காதீங்க"

"ஏய், அதிகமா பேசாத"

"அவன் கும்பலா வந்து என்ன அடிச்சதப் பாருங்க சா...மி"

அவள் கைகால்களைக் காட்டினாள். நெஞ்சைக் காட்ட அச்சமாக இருந்தது. முதுகுப் பக்கம் திரும்பிக் காட்டினாள். எதையும் அவன் கவனிப்பதாக இல்லை.

"உன் வீட்டுக்காரன் அடிச்சதா புகார்ல இருக்கு"

"பொய்... பொய்... பொய், சுத்தப் பொய் சாமி"

"எது பொய், ம்..."

"அவரு போய் ஒருவாரம் ஆவுது சாமி"

"தோபாரு ஒழுங்கா அவனும் அந்தப் பொண்ணும் பையனும் இங்க வரணும்"

"சாமி அவுங்க இஷ்டப்பட்டுப் போனா, நாங்க இன்னா செய்ய முடியும் சாமி"

அவள் தொடர்ந்து பேசப் பேச, ஆய்வாளருக்கு ஒரு பக்கம் எரிச்சலும் கோபமும் அதிகரிக்கத் தொடங்கியது.

"உன்ன அடிச்சுப் போட்டா கேக்க ஏதாச்சும் நாதியிருக்கா"

"ஏன் இல்ல சாமி"

"உனுக்குப் பின்னாடி யாரு இருக்கா"

அவள் உணர்ச்சியோடு பேசுவது கண்டு அடிக்கடி இதையே கேட்டுக் கொண்டிருந்தான்.

"ம்..., சொல்லு"

"உனுக்குப் பின்னாடி யாரு இருக்கா"

"எனுக்குப் பின்னாடி சங்கம் இருக்கு; இருளக்குடி சனங்க உட்டுடாது"

"ஓ..., அந்தத் தைரியமா"

"சாமி, என் புகார எடுத்து உண்மை எதுன்னு நீங்க தீர வெசாரிக்கணும்"

"என்னடி பேச்சு வேற மாதிரிப் போவுது யாருகிட்ட பேசுற தெரிதா"

"தெரியும்"

"மரியாதயா அவுங்க வரணும். அப்புறம் எல்லாரையும் புடிச்சியாந்து உள்ள தள்ளிடுவன்..."

போலிசு அவளை மிரட்டியது. எவ்வளவோ சொல்லியும் அவள் பேச்சைக் கேட்காத போலிசைப் பார்த்து, நான் பாக்குறவங்களோடு வந்து பாக்குறன் என்பது போல் வீறாப்பாய் வெளியே வந்தாள்.

கவலையால் கருகிப் போயிருந்த அஞ்சலையின் முகம் வெற்று வெளியில் பளிச்சென்று இருந்தாலும் உள்ளுக்குள் நீறுபூத்த நெருப்பாய்க் கனன்று கொண்டிருந்தது இருள்.

□

சோறு

அம்மா சின்ன வயதில் எங்களை எப்படியெல்லாம் கவனித்தார்கள் என்று நினைத்தால் இன்னமும் அதிர்ச்சியாய்த்தான் இருக்கிறது. ஏழ்மை வாழ்விலும் ஒரு முன்னேற்றம். கேட்கும் பொருளையோ தின்பண்டங்களையோ தவறாமல் வேலையை விட்டு வரும் போது வாங்கி வருவார்கள்.

அம்மாவின் வருகைக்காகவே நானும் தங்கையும் விசேசமாய்க் காத்திருப்போம். வரும் சமயத்தை அறிந்து நின்று கொண்டே தூரத்தில் கண்களால் துழாவுவோம். அம்மாவின் பொட்டு பூவில்லாத தோற்றமும் எண்ணெய் இல்லாத தலையும் மங்கிய நகராட்சிப் புடவையும் மற்றவர்களைக் காட்டிலும் தனித்துக் காட்டிக் கொடுக்கும். மடியில் கனத்து முடுக்காய் இருக்கிறதா எனத் துருவிப் பார்ப்போம்.

அப்படி இருந்தால் என்னைக் காட்டிலும் தங்கைக்கு அதிக மகிழ்ச்சி. பூமியிலிருந்து கைகளைத் தட்டிக் கொண்டு அம்மா கிட்ட நெருங்க நெருங்க எகிறித் தவிப்பாள். கண்களில் ஒருவித ஒளி மின்னல் கீற்றுக்களாய்ப் படரும்.

நோயும் படுக்கையுமாய்க் கிடந்த அப்பாவைக் குணப்படுத்த அம்மா எவ்வளவோ செலவு செய்தும் தீர்க்க முடியவில்லை. அக்கடாவென்று விட்டுவிட்டாள். தன் சக்திக்கு மீறி பெரிய பெரிய ஆஸ்பத்திரிக்கு என்று கூப்பிட்டுப் போக முடியவில்லை. எனக்கு நினைவு தெரிந்த நாள் முதல் அம்மா பொட்டு வைத்து பூ வைத்துப் பார்த்ததில்லை.

நகரில் கடை வீதியில், சினிமாக் கொட்டகையில், பஸ் நிலையத்தில், ரயில் நிலைத்தில் இப்படி எங்கும் பெண்கள் எப்படியெல்லாம் சீவிச் சிங்காரிச்சுப் போகிறார்கள். அம்மாவிற்கு

வசதிகளும் வாய்ப்புகளும் இல்லாவிட்டாலும் சாதாரணமாய் எண்ணெய் தடவி கூடத் தலையை முடிந்து கொள்ள அக்கறையில்லாமல் போனது. அம்மாவாகவே அப்படியே வளைத்து சுருட்டிக் கொள்வாள். முடிகள் கறுத்தும் பழுத்தும் இருக்கும்.

எனக்கும் தங்கைக்கும் என்று எண்ணெய் வாங்கி வைத்திருப்பாள். தங்கை தடவிவிட்டாலும் மிரட்டி மறுப்பாள். அவளுக்கென்று சொந்த விருப்பங்கள் என்று எதையும் செய்து கொண்டதாய் நான் பார்த்ததில்லை.

காலையில் அய்ந்து மணிக்கு எழுந்து ஓடுவாள். ஆறு மணிக்கு நகராட்சி அலுவலகத்தில் துப்புரவு மேஸ்திரியிடம் வருகைப் பதிவேட்டில் கைரேகை வைத்துவிட்டு வேலை செய்யும் தெருவிற்குப் போவாள். சின்னதும் பெரியதுமாய் ரெண்டு வாளியில் தட்டு சுரண்டியைப் போட்டுக் கொண்டு பீ வண்டியைத் தள்ளிக் கொண்டு வருவாள். மருதூர் பக்கம்தான் அவள் வேலை செய்யும் தெரு.

புடவையைத் தூக்கி இடுப்பில் சொருகிக் கொண்டு பீ வண்டியைத் தெருவில் நிறுத்திவிட்டு வீட்டுக்குத் தகுந்த மாதிரி வாளி சுரண்டியுடன் கக்கூசுக்கு மலம் அள்ளப் போவாள். ஒன்றிரண்டு வீடாய் இருந்தால் சின்னவாளி, அய்ந்தாறு குடித்தனம் இருந்தால் பெரியவாளி. வீட்டுக்கு வீடு வாரி வந்து பீ வண்டியில் கொட்டுவாள். பனியோ, காற்றோ, மழையோ, வெயிலோ சிட்டாய்ப் பறப்பாள்.

மருதூர் பகுதியில் அம்மா வேலை செய்கிறாள் என்றுதான் பெயர். சமயத்தில் அவசர ஆத்திரத்திற்கு அம்மாவைத் தேடிப் பிடிக்க முடியாது.

ஒரு சமயம் அப்படித்தான் தங்கராசு மாமா செத்துப் போய்விட்டாரென்று வாடகை சைக்கிளை எடுத்துக் கொண்டு ஓடி வந்தேன். அம்மா வேலை செய்யும் இடமெல்லாம் தேடினேன். ரெண்டொரு தெருவில் தண்ணி அடித்துக் கொண்டிருந்த பொம்பளையிடம் விசாரித்தேன்.

"ஏங்க எங்க அம்மாவப் பாத்தீங்களா?"

“யாருப்பா உங்கம்மா?”

“பாக்கியம்”.

“பாக்கியமா, எந்தப் பாக்கியம்?”

“அதாண்டி கக்கூஸ்காரி பாக்கியம்”.

பக்கத்தில் சில்வர் தவலையுடன் நின்றிருந்தவள் உசுப்பினாள். இவள் என்னை ஏற இறங்கப் பார்த்தாள். ஏன் அப்படிப் பார்க்கிறாள் என்று எனக்குக் கேட்க வேண்டும் போலிருந்தது. சட்டை கிழிந்திருந்தாலும் தைத்துத் துவைத்துப் போட்டிருந்தேன். தலையில் எண்ணெய் தேய்த்து அப்பா கற்றுக் கொடுத்த மாதிரி இடது பக்கம் வகிடெடுத்து வலது பக்கம் தூக்கி வாரியிருந்தேன்.

“கக்கூஸ்காரி மவனா நீ?”

‘ஏன் பாக்கியம் மவனா நீ’ என்று கேட்கக் கூடாது, என் மனம் சஞ்சலப்பட்டது.

“வந்து எடுத்துட்டுப் போயிட்டா, அந்தத் தெருவல போய்ப்பாரு”.

நான் நகர்ந்தேன்.

“படிக்கிறயாடா?”

மரியாதை கழுதை தேய்ந்து கட்டெறும்பான கதையாக ஆகிப் போனது. வந்த போது ‘யாருப்பா’ என்றவள் போகும் போது ‘டா’ என்கிறாள். இது அம்மாவின் அடிமைச் சின்னம். அம்மாவிலிருந்து தலைமுறைக்கும் தொடரும். அப்டீதான அவுங்க பேசுவாங்க நான் சுதாரித்துக் கொண்டேன்.

“ம்”

“என்ன படிக்கிறடா?”

“எஸ்.எஸ்.எல்.சி.”

நான் தொடர்ந்து பேச்சுக் கொடுக்காமல் நகர்ந்தேன். திருவள்ளுவர் தெரு, குப்புசாமி தெரு, பாரதியார் தெரு, மாரியம்மன் கோயில் தெரு என்று சுற்றினேன். கடைசியில் கோடித் தெருவில்தான்

அம்மாவைப் பிடித்தேன். வெய்யில் உச்சிக்கு எட்டியிருந்தது. அகோரமாய் மண்டையைப் பிளக்கும் அளவிற்கு உஷ்ணம். அம்மாவைப் பார்க்கப் பரிதாபமாய் இருந்தது. உதடுகள் காய்ந்திருந்தன. உடல் முழுக்க வியர்வையால் நனைந்துவிட்டது. வாளியைப் போட்ட கையோடு இடுப்பிலிருந்த வெற்றிலைப் பாக்குப் பையை எடுத்துப் பிரித்தாள். ஒரு பாக்கை எடுத்து மென்றாள். அரை வெற்றிலையைக் கிழித்தெடுத்து லேசாய்ச் சுண்ணாம்பு தடவித் திணித்தாள்.

"ஏம்பா பள்ளிக்கொடம் போவலயா?"

"இல்லம்மா".

"ஏன் போவுல, ங்கொப்பா திட்டியிருப்பாரே".

"தங்கராசு மாமா செத்துருச்சி; அப்பா கூப்டாரச் சொன்னாரு".

அவளுக்குத் தூக்குவாரிப் போட்டது.

"தெருவுல சண்ட வந்திச்சி, அவரு குடிச்சிட்டு இருந்தாரு. பேச்சுவாக்குல அவர நெட்டித் தள்ளிட்டாரு அந்த நொள்ள செங்கேணி... பாராங்கல்லு மேல உழுந்து மார வலிக்குது, மார வலிக்குதுன்னாரு; அதுக்குள்ள போயிடுச்சு".

அவள் சற்று நேரம் திகைத்தாள்.

"வாம்மா போலாம்".

"தே இரு இன்னும் நாலு ஊடுதாம். எடுத்துட்டு வந்துடறேன்".

"நாளைக்குச் செய்யலாம் வாம்மா".

"அட அவ மோசமானவப்பா, அதிகாரிக்கு சும்மாவாச்சும் எழுதிப் போடுவா; தோ வந்துடறேன். நீ சாப்டயா, இந்தா இத அப்டீ திண்ண மேல உக்காந்து சாப்டு".

நான் பசித்து அழுதால், அம்மா ஏதாவது தின்பதற்கு வாங்கிக் கொடுத்து அழுவாள். சின்ன வயதிலேர்ந்து அம்மாவுக்கு அப்படி ஒரு சுபாவம்.

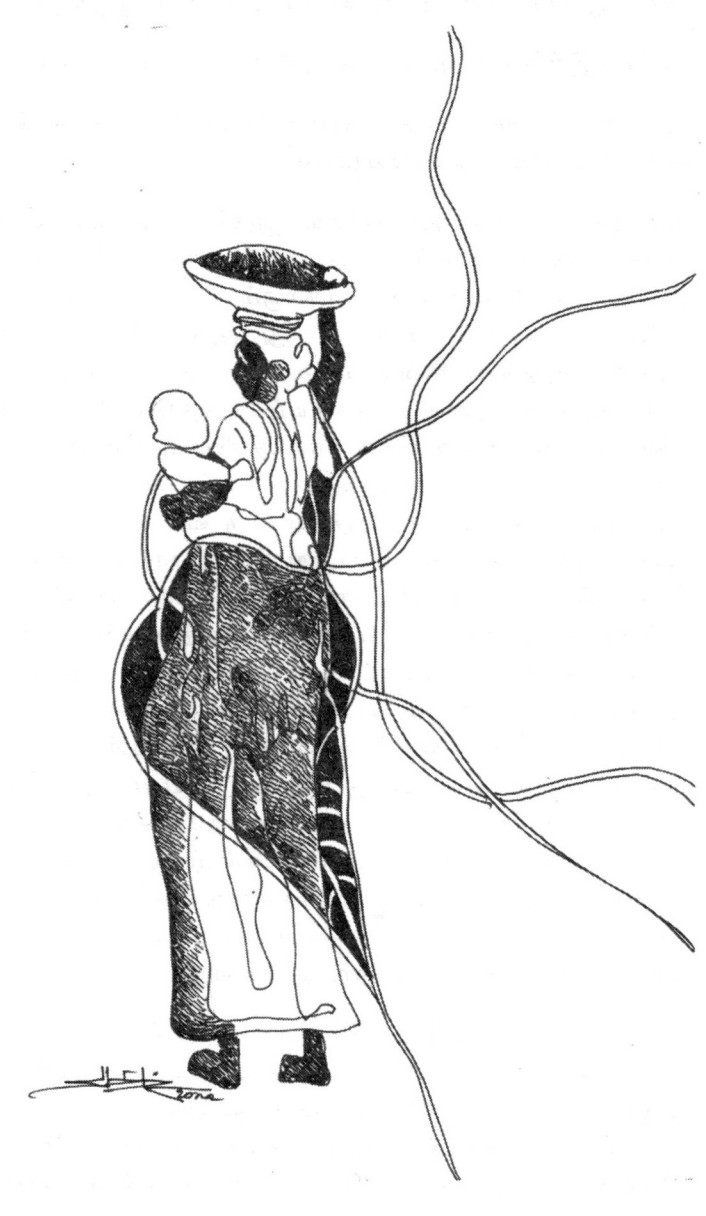

அவள் மடியை அவிழ்த்து இலையோடு இழுத்து திண்ணை மேல் வைத்தாள். பழைய சோற்றைப் பிழிந்து வைத்துக் காரக்குழம்பு ஊற்றி இருந்தார்கள். அம்மாவின் மடி ஈரமாக இருந்தது.

"அம்மா இன்னிக்கு அம்மாவாச ஆச்சே, மதியானம் எப்டீம்மா?"

"அதான்பா புரியல. பேசாம விமலாவ உட்டு தெருவுல சோறு வாங்கச் சொல்ல வேண்டியதுதான்".

அவனுக்குச் சாவு ஒரு பக்கம் இருந்தாலும் மனதுக்குள் பெருத்த சந்தோசம் ஏற்பட்டது. அமாவாசை கிருத்திகைன்னா பொதுவாக வீட்டில் எல்லோருக்கும் கொண்டாட்டந்தான். மதிய வேலைக்குப் போகும் போது அலுமினியத் தாளாவை எடுத்து அதனுள் கிண்ணம் தேக்சாவைப் போட்டுக் கொண்டு மூடுவதற்காகத் துணி ஒன்றையும் எடுத்துக் கொள்வாள். மதிய வேலை செய்துவிட்டு மேஸ்திரியிடம் சொல்லிவிட்டு அவரவர் மலமெடுக்கும் தெருவிற்குப் போவது போல் அம்மாவும் அமாவாசை கிருத்திகைக்கு வீடு வீடாகச் சோறு வாங்க வந்துவிடுவாள். பொழுது நேரம் சாய்ந்து இருட்டத் தொடங்கியதும் நாங்கள் சோற்றுக்காக உட்கார்ந்திருப்போம். அன்றைக்கு அம்மா அரிசி கடன் வாங்கி வந்து ஆக்கமாட்டாள். மறுநாள் குழம்பு வைக்கமாட்டாள். மீந்த குழம்பைச் சுடவைத்து வைப்பாள். வேண்டும் மட்டும் பரிமாறுவாள். சோற்றில் மீந்ததைத் தண்ணீர் ஊற்றி வைப்பாள். தீபாவளி, பொங்கல் என்றால் குஷி. தீபாவளிக்கு வேலை செய்யும் இடங்களில் பட்டாசுச் சத்தம், புதுச் சட்டையும் சந்தோசமும் நிறைந்து இருக்கும். எனக்கு அவற்றின் மேலெல்லாம் ஆசை கிடையாது. தங்கை கூட அம்மா எப்ப வருவாங்க என்று காத்திருந்து, என்னை நச்சரிப்பாள். தெருவில் 'இட்லிக்காரம்மா' கிழவியிடம் வாங்கித் தின்று காலமெல்லாம் வயிற்றுக்கு மாளாது.

தீபாவளி அன்று அம்மா தெருவில் வாங்கி வரும் இட்லி பூப்பூவாய், பெரியதாய், சில கனத்தும், தடித்தும், விதவிதமாய் இருக்கும். ஜவ்தாளொன்றில் முறுக்கு, அதிரசம், இனிப்புப் பலகாரம் என்று ஒரு பக்கம். வடை, குழம்பு, சீசாவில் எண்ணெய், சீயக்காய்ப் பொட்டலம் என்று ஒரு சேர வாங்கி வருவாள்.

கொடுக்க மனம் வராத ஒரு சிலர் புலம்புவார்கள். ஒருமுறை சின்ன வயதில் குழம்பு தேக்சாவைத் தூக்கிக் கொண்டு அம்மாவுடன் உதவிக்காக வீடு வீடாக வந்து கொண்டிருந்தேன்.

“ஏன் டி, கெவர்மெண்ட்டுல உனக்குச் சம்பளம் குடுக்கல?”

அந்தப் பொம்பளை அவளை மாதிரியே தடிப்பாய்க் கேட்டாள்.

“குடுக்கறாங்கதான்”.

“பின்ன சும்மா எனாம் கேக்க வந்துட்டா?”

“விக்கிற வெலவாசி தெரிமா; நாங்க எப்படிப் பொழைக்க முடியும்?”

“அதுக்குச் சம்பளம் அதிகமா வேணும்னு அரசாங்கத்துல போராடுங்க”

“நாங்க போராடுனா குடுக்கவாப் போறாங்க. போராடிப் பாத்துட்டம்; இன்னும் போராடிக்கிட்டுதான் இருக்கிறோம்”.

“அங்க உட்டுட்டு, பின்ன இங்க வந்துடற. அமாவசைக்குச் சோறு, கிருத்திகைக்குச் சோறு. தீபாவளிக்கு, பொங்கலுக்கு, இனாம்தான்”.

“தேம்மா, கஷ்டப்பட்டு உம் பீய காலம் பூறா வார்றமே, நெஞ்சில எங்கனா ஈரம் இருக்கா உனுக்கு. எங்க வறுமைக்கு உன்கிட்ட பிச்ச எடுக்கறம். இஷ்டம் இருந்தா குடு இல்லாட்டி உடுமா”.

“குடுக்கலைன்னா இன்னாடி செய்வ? நாலு நாள் கக்கூஸ் எடுக்க வரமாட்ட; நாறிப் போயிடும்னு பாக்குறியா, எங்க வூட்டுக்காரரு யாரு தெரிமா. அதிகாரி கிட்ட சொல்லி உன் வேலைக்கு ஒலவெச்சடுவன் சாக்கிரத”.

“தேம்மா, ரொம்பதான் சில்த்துக்காத; உம் புத்தி உன்னோட வெச்சுக்கோ - காசுக்குப் பீத்தின்ற ஆளில்ல நாங்க. எங்க வேலைய நாங்க செய்வோம். அதிகாரி கிதிகாரின்னு மெரட்டாத, எங்களுக்கும் சங்கம் இருக்கு”.

அம்மாவும் விடாமல் உரிமையாய்ப் பேசுவாள். தீபாவளிப் பலகாரங்களைக் கொண்டு வந்ததும் எனக்குப் பஞ்சு பஞ்சாய் உள்ள இட்லியை அழுத்திப் பார்த்து வைப்பாள். கறிக்குழம்பு தனியாய் வாங்கி வந்ததை ஊற்றுவாள். வடை சாம்பாரோடு வேண்டு மட்டும் பரிமாறுவாள். முறுக்குப் பலகாரங்களை அடுக்குப் பானையில் ஐவ்தாள் உறையோடு வைத்து அவ்வப்போது ஒவ்வொன்றாய் எடுத்துத் தருவாள்.

பொங்கலுக்கும் அப்படித்தான். விதவிதமாய்ப் பொங்கல் சோறு வாங்கி வருவாள். எனக்கு இனிப்புப் பொங்கல் பிடிக்காது. தங்கை பிரியமாய்ச் சாப்பிடுவாள். பால் நிறம் போன்ற வெண்பொங்கலை வைத்துச் சாம்பார் ஊற்றுவாள். பழம் நழுவிப் பாலில் விழுந்து வாயில் விழுந்தாற் போல் லாவகமாய் இறங்கும். ஊரெல்லாம் தீபாவளி, பொங்கல்னா எங்களுக்கும் இந்த விதமாய் ஒருவித சந்தோசம்.

நான் அம்மாவை உட்கார வைத்துக் கொண்டு தெருவிற்கு வந்தேன். சைக்கிளை விட்டு இறங்கியதும் சொல்லாமல் கொள்ளாமல் அழுகை பீறிட்டு வந்தது அம்மாவுக்கு. பறையொலி ரொம்ப தூரம் கேட்கும் அளவிற்குக் காதைக் கிழித்தது. அழுது முடித்து கொஞ்ச நேரத்தில் அம்மா எழுந்து வந்து விமலாவின் காதில் கிசுகிசுத்தாள்.

மாலை முழுவதும் டன் டன்னக்கர, டன் டன்னக்கர பறையொலி ஆட்டம் பாட்டத்துடன் ஒலித்தது. மாமாவின் சாவிற்கு உறவினர்கள் வந்த வண்ணம் இருந்தார்கள். மறுநாள் தான் எடுப்பதாய் இருந்தது. அம்மா மட்டுமில்லை தெருவில் பலர் வேலைக்கு விடுமுறை சொல்லியிருந்தார்கள்.

பொழுது சாய்ந்து செங்கல் மங்கலாய் இருந்தது. விமலா சோற்றுக் கூடையுடன் வந்ததும் அம்மா அவள் வீட்டிற்குப் போய்ப் பார்த்தாள்.

“இன்னாடீ, சோறு ரவதான் கீது”.

“ஏன்கா, நீ இல்லாம சோறே எவளும் தர்ல; இன்னா பேசுறாங்க தெரிமா. வாயில வந்ததத் திட்டீட்டு கெடைச்சத வாங்கியாந்தன்”.

அம்மாவுக்குப் பார்க்கப் பகீர் என்றது. விமலாவைப் பாதி சோறு குழம்பு எடுத்துக் கொண்டு, மீதியை எங்கள் வீட்டில் வைக்கச் சொன்னாள். எனக்கும் தங்கைக்கும் உள்ளுக்குள் ஏராளமான சந்தோசம்.

லோல்பட்டு லொங்கழிஞ்சி அம்மா எங்களைக் காப்பாற்றியதை நினைத்தால் இன்னமும் அதிர்ச்சியாய் இருக்கிறது. அதிர்ச்சிகள் சில வரலாறு தருவது.

☐

பள்ளத்தெரு

சக்கிலித் தெரு தனித் தீவாகக் காட்சி அளித்தது. மென்று துப்பின சக்கையாய் மனித வாழ்க்கை கேட்க நாதியற்றுப் போய் ஒவ்வொருவரும் வயிற்றுப் பிழைப்பு நடத்த வேண்டியிருக்கிறது.

ஊருக்கு வடக்கே எல்லை முடியுமிடத்தில் சக்கலித் தெரு ஒரு பள்ளத்தாக்கில் வீழ்ந்திருந்தது. அதுதான் பின்னால் பள்ளத் தெருவானது. ஊருக்கு உள்ளேயும் சேரி. அதை இப்போது பெரிய காலனி என்று கூப்பிடுவார்கள். அங்கும் பறையர்கள், சக்கிலியர்கள் என இருந்தாலும் அங்குள்ள பறையர்களும் இங்குள்ள சக்கிலியர்களும் ஒன்றாக முடியாது. அங்குள்ள சக்கிலியர்களும் இங்குள்ள சக்கலியர்களும் கூட அத்துணை எளிதில் நேசங் கொள்ள முடியாது.

சாதி உரிமை பாராட்டி உதவிகள் ஏதும் கேட்க முடியாது. நகர்ப்புற பற சாதிக்காரர்களுக்கு நகர்ப்புறச் சக்கிலியர்கள் அடிமை மாதிரியும், நகர்ப்புறச் சக்கிலியர்களுக்கு இங்குள்ள சக்கிலியர்கள் அடிமை மாதிரியும். மூன்று வெவ்வேறுபட்ட தளங்கள் இருந்தன. வட்டாட்சியர் அலுவலகத்தில் எல்லோரும் தாழ்த்தப்பட்டவர்கள் என்றாலும் தத்தம் கிளைச் சாதியால் ஒன்றுக்கு ஒன்று ஒடுக்கப்பட்டுத்தான் கிடந்தது.

பள்ளத்தெரு சக்கிலியர்கள் அப்படி ஒன்றும் வித்தியாசமான மனிதர்களில்லை. செய்யும் தொழில்களால்தான் எல்லோரும் விரலுக்கு விரல் வித்தியாசம் பார்க்க ஆரம்பித்து விட்டார்கள். அங்குள்ளவர்களுக்கு மூட்டை சுமப்பதும் ரிக்ஷா வண்டி இழுப்பதும், பழ வியாபாரம், சிறு சிறு கடைகள் நடத்துவதும், சாவுக்கு, சுபகாரியங்களுக்கு மேளம் அடிப்பது இப்படித்தான் தொழில். ஒரு சிலர் அரசு அலுவலகங்களில் பணி செய்தார்கள்.

நந்தனார் தெருவில்தான் சக்கிலியர்கள் குடிசை இருந்தது. கிட்டத்தட்ட இதே போன்ற தொழில்தான் செய்தார்கள். கூடவே செருப்பு தைப்பது இவர்களுக்குரிய பிரத்யேகமான தொழில்.

ஆட்களும் பார்ப்பதற்குப் பளபளப்பாய்த்தான் இருப்பார்கள். உள்ளுக்குள் வறுமையிருந்தாலும் பிள்ளைகள் படிக்கவே நாதியற்றுப் போயிருந்தாலும் வீட்டில் உலை வைக்கக்கூட கதியில்லாமல் போனாலும் வெள்ளையும் சொள்ளையுமாய்ச் சட்டைத் துணி போட ஆசைப்படுவார்கள். நகர்ப்புற நாகரிகம் சில சௌகரியங்களை உள்ளடக்கியிருந்தாலும் அதற்கேற்றபடி வாழ வேண்டும் என்ற அல்ப ஆசைகள் இருந்தன. சமூக அங்கீகாரம் என்பது சகட்டுமேனிக்குத் தேவையென்பதால் இப்படிப்பட்ட பிழைப்பும் ஒருவித மனக்கிலேசத்தை அவர்களுக்கு உண்டு பண்ணும்.

நந்தனார் தெருவிற்கும் பள்ளத்தெருவிற்கும் சாதாரணமாய் ஒட்டி உறவாட எந்தவித லயமான சூழ்நிலையுமில்லை. நேருக்கு நேர் பார்த்தால் ஏதோ எண்ணெய்க்குள் கடுகைக் கொட்டிய மாதிரிதான் முகங்கள் பொரியும். கோபம் உண்டாகும். பேச்சிலே ஏளனம் தெரியும். நகர்ப்புறப் பண்பாடு அப்படித்தான் வளர்த்துள்ளது. பொண்ணு கொடுத்துப் பொண்ணு வாங்க முடியாது. அப்படியே முயற்சி செய்தாலும் ஊரை விட்டு ஓடிப் போய் விடவேண்டும்; இல்லாவிட்டால் அது கொலையில்தான் வந்து முடியும்.

இப்படித் தீவாய்ப் போனதால் தான் பள்ளத் தெருக்காரர்களுக்கென்று எந்த முகாந்திரமுமில்லாமல் முகவரிகளைத் தொலைத்து விட்ட மாதிரி அநாதையாய் நகர்ப்புறத்தை ஒட்டித் தொங்கிக் கொண்டிருந்தார்கள். 'அப்படி என்ன பாவப்பட்ட ஜென்மம் எடுத்தோமோ' என்று அடிக்கடித் தெரு நாட்டாமை ரங்கசாமி புலம்புவார்.

அவர் புலம்பல் அர்த்தமற்றது தான். பள்ளத் தெருவில் பெரும்பாலும் நகராட்சியில் துப்புரவு வேலைதான் செய்வார்கள். மலமெடுத்தல், சாக்கடை அள்ளுதல், பீ வண்டி அடித்தல், கழிவு நீர் அடித்தல், செப்டிக் டேங்க் சுத்தம் செய்தல், அனாதைப் பிணங்கள் தூக்குதல்... படித்து வேலைக்குப் போனதாய் யாருமில்லை. ஆனாலும் ஒரு சிலர் படித்துக் கொண்டிருந்தார்கள்.

தொழில்தான் சாதிக்குள்ளேயே பிரிவினையை உண்டு பண்ணியது. நானும் மனுசன், நீயும் மனுசன்தான் என்று ஒன்றிணைந்து கைகோர்த்துப் போக முடியாததால் தான் சகட்டுமேனிக்கு ஊர்க்காரர்களின் அடக்குமுறைக்கு ஆளாக வேண்டியிருந்தது.

பள்ளத் தெருவிற்கு மேலே தேசிய நெடுஞ்சாலை. அதை இடைமறித்தாற் போல் ரயில்வே கேட்டு. அங்கிருந்து ஆரம்பித்து ரெண்டு கிலோ மீட்டருக்குள் ஊரின் எல்லா அலுவல்களும் முடிந்து விடும். அதற்கப்புறம் அடித்துப் போட்டால் கூட, ஏன் என்று கேட்க முடியாத பொட்டல் வெளிகள், வழவழப்பான தார்ச் சாலையை ஒட்டி சிறு சிறு பெட்டிக் கடைகள், ஓட்டல்கள்.

அப்படியே மாரியம்மன் கோயில், பெருமாள் கோயில், ஈசுவரன் கோயில், வீடுகள், பள்ளிகள், நகைக்கடை, காய்கறிக் கடை, ஜவுளிக் கடை ... என்று பரந்து வியாபித்திருந்தது. பள்ளத் தெருவிற்கு எதிர்த் திசையில் மேற்காக அந்த விராட்டிக் குப்பம் பாட்டையில் சிறு சிறு பசங்கள் சாராயக் கடை வைத்திருந்தார்கள். அவர்களுக்குப் பின்னால் ஒரு அரசியல் கட்சி அல்லது ஒரு ரசிகர் மன்றம் பின்னணியில் இருப்பதாகச் சொன்னார்கள்.

நெடுஞ்சாலையை ஒட்டிய தெருக்களில் மேல் சாதிக்கரர்களின் ஆதிக்கம் அதிகம் இருந்தது. உடையார்களும் முதலியார்களும் ரயில்வே கேட்டைத் தாண்டினாற் போல் நிறைய இடங்களைத் தக்க வைத்திருந்தார்கள். முத்தாம்பாளையம், அகரத்தை ஒட்டிய ஏரிக்கரையோரம் கரும்பும் நெல்லும் பளபளவெனச் செழித்து, அவர்களின் செல்வாக்கை மேலும் மேலும் கூட்டிக் கொடுத்தது.

அனுபவிக்கவே பிறந்த அவர்களின் பிள்ளைகளில் சிலர் படிக்கிறார்களோ இல்லையோ, சதா அந்தப் பகுதியில் குடித்து விட்டுப் பேசுவது, தகராறு செய்வது இப்படித்தான் பொழுது போகும். இதற்கென்றே சின்னப் பையன், மோகன், தாஸ், இப்ராஹிம், செல்வராஜ், குமார்... என்று சில உதரிப் பட்டாளங்கள் உடம்பை வளர்த்துக் கொண்டு திரிந்தார்கள்.

பள்ளத் தெருவிலிருந்து யாரும் ரோட்டோரமுள்ள உயர்சாதிக் காரர்களிடம் எதுவும் வைத்துக் கொள்ள மாட்டார்கள். வம்பு தும்புக்குப் போகமாட்டார்கள். வேலைக்குப் போய் திரும்புவதற்குள் ஒவ்வொருவரின் நாடியும் அடங்கிவிடும்

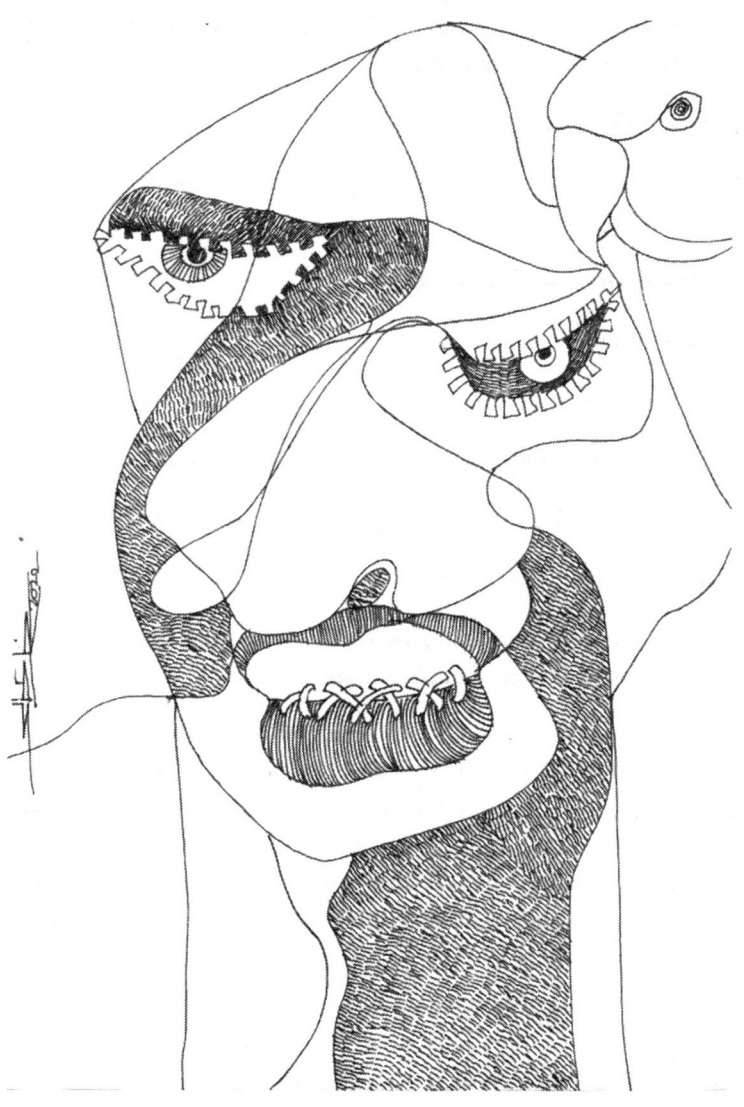

அளவிற்கு நைந்து தொய்ந்து போய் வருவார்கள். சீசாவில் எண்ணெயோ, பையில் அரிசியோ வாங்கப் போவார்கள். செம்பில் டீ வாங்கி வந்து குடிப்பார்கள். இப்ராஹிம் சாராயக் கடையில் சரக்கு குடித்துவிட்டு சத்தமில்லாமல் திரும்புவார்கள்.

ஒருமுறை அப்படித்தான் கதிர்வேலு சாராயம் குடிக்கப் போனான். முள்ளு சந்தினுள் விற்றுக் கொண்டிருந்த இப்ராஹிம் கதிர்வேலுவைப் பார்த்தான்.

“டேய் சரக்கு எவ்ளோ வேணும்”.

“எனக்கு ஒரு செம்பு வேணும். குடுப்பியா?” அவன் சொல்லி விட்டுச் சிரித்தான்.

“கையில எவ்ளோ வெச்சிருக்க?”

“அஞ்சு ரூபா”.

இப்ராஹிம் எழுந்து முகத்தில் நச்சென்று அப்பினான்.

“இறுமாப்ப பாத்தியா, அஞ்சு ரூபாய்க்கு ஒரு சொம்பா வேணும்?”

“ஐயையோ, சும்மா தமாஷுக்குண்ணே; கோச்சுக்காத”.

மீண்டும் எகிறி உதைத்தான்.

“சென்மத்த செருப்பா உழைச்சு போட்டுட்டு வர்றேன். அப்பிடி வொதைக்காதண்ணே, உடம்பு புண்ணாயிடுச்சி”.

அவன் மேலும் மேலும் உதைக்க, சாராயம் குடித்துவிட்டுக் கறியும் போட்டியும் தின்று கொண்டிருந்தவர்கள் சிரித்துக் கொண்டிருந்தார்கள். கதிர்வேலுவை மண்ணில் போட்டுப் புரட்டினான். மேலெல்லாம் குப்பை வாரின தூசியும் சாக்கடைச் சேறும் இருந்தது போக, வியர்வையில் மண்ணும் சேர்ந்து உடும்புப் பிடியாய் அப்பிக் கொண்டது. அவன் எழுந்து உதறிக் கொண்டிருந்தான்.

“காட்றா காச இப்டீ”

அவன் பேச முடியாமல் முறைத்தான்.

“என்னடா அப்பிடிப் பாக்குற?”

“எனக்குச் சரக்கு வேணாம்”.

“ஏன் வாணாம்?”

“வொதயும் வாங்கிக்கிட்டு நான் சரக்கும் உன்கிட்ட குடிக்கணுமா. உன் வயசு என்னா, என் வயசு என்னா, என்ன கைநீட்டி அடிக்கற. நான் கொஞ்ச தூரம் போய் எங்க பெரிய சேரில குடிச்சிக்கறேன்”.

இப்ராஹிமுக்கு கோபம் அதிகமானது. காக்கிச்சட்டையைப் பிடித்து இழுத்து உலுக்கினான். இருந்த ஒன்றிரண்டு பொத்தான்களும் பொல பொலவெனக் கொட்டியது. பற்களை நெறித்தான்.

“அண்ணே உட்டுடு; என்னால வொத தாங்க முடியல; இந்தா அஞ்சு ரூபா, குடுக்கறதக் குடு”.

அவனுக்குப் போதை ஏறவில்லை. வாங்கிய உதையோடு தள்ளாடி வந்து சேர்ந்தான்.

பள்ளத் தெருக்காரர்கள் எப்பவும் இளிச்சவாய்க்காரர்கள் என்று மேலே உள்ளவர்களின் கணிப்பு. அதனால்தான் மீசை முளைக்காத விடலைப் பசங்கள் கூட பெரியவர், சின்னவர் என்று பார்ப்பதில்லை. வாடா போடா என்பதும், வாடி போடி என்பதும் சகஜமாய் இருக்கும். கெட்ட வார்த்தைகளை நாக்கூசாமல் பேசுவார்கள். தேவையில்லாமல் பஞ்சாயத்து செய்வது போல் உதைக்க வருவது, பணம் பறிப்பது என்று சகல வித்தைகளையும் கற்று வைத்திருந்தார்கள்.

அன்று தெருவில் நடராசனுக்கும் அவன் மனைவி கமலாவுக்கு மிடையே சண்டை மும்முரமானது. ராத்திரி ஆகியும் வந்து சோறு இன்னமும் ஆக்கவில்லை என்பதுதான் பிரச்னை. அவள் ஏழு மணி வரையில் கடன்காரனிடம் காத்துக் கொண்டிருந்துவிட்டுத் திரும்பினாள். பணம் வந்து தருவதாய்ச் சொன்னவன் வரவேயில்லை.

“இந்நேரம் வரையிலும் எவன்கிட்டடீ போயிருந்த?”

“கடன்காரன் கிட்டதான் போய் நின்னன். அவரு வர்ல”.

“நின்னுக்கிட்டிருந்தியா?”

“பின்ன, மல்லாந்துக்கின்னாங்களா! போடா குடிகாரா”.

அவள் பேச, அவன் பேச ஒரே களேபரமாகி, “என் கூட வாழாதடி போடீ” என்று அடித்து ரோட்டுப் பக்கம் இழுத்து வந்தான்.

சும்மாயிருந்த வாய்க்கு அவல் கிடைத்த மாதிரி ரோட்டோரமுள்ள சாலையோர ஓட்டல் அருகே நின்றிருந்த சின்னப் பையனுக்குக் கமலாவின் அலறல் சத்தம் ஓங்கி ஒலித்தது. அவன் சிட்டாய்ப் பறந்து வந்தான். இரண்டு பேரையும் தலா ரெண்டு ரெண்டு அறைவிட்டான்.

“சாமி நீயே சொல்லு; புள்ள குட்டி பட்டினியா கெடக்குது. இந்நேரம் வரையில ஊர்மேயப் போயிட்டு இப்பதான் வர்றா”.

“போடா சங்க மாங்கி. உன்ன மாதிரி நெனைச்சியா?”

அவனது பஞ்சாயத்து முடிந்து நெடுநேரமாகிவிட்டது. வலி பொறுக்க முடியாமல் நடராசன் முனகிக் கொண்டிருந்தான். பிள்ளைகள் காலைப் பிடித்தபடி உறங்கி விட்டன. விஷயத்தைக் கேள்விப்பட்ட இளவட்டங்களுக்குப் பொறுக்க முடியவில்லை . மணி, சந்திரன், பெருமாள் எல்லோரும் சேர்ந்து போய் பள்ளத் தெரு நாட்டாமையிடம் சொன்னார்கள். அவருக்குத் துக்கம் தொண்டைக்குழிக்குள் அடைத்தது.

“என்னை என்ன செய்யச் சொல்றீங்க?”

“பின்ன இப்படியே நடந்தா எப்டீ?”

“இவனுங்கள பகைச்சுக்கிட்டு நம்மால வாழ முடியுமா?”

“அதுக்காக, அவனுங்க தயவுல ஒன்னும் நாம வாழல; நாம ஒழைச்சுதான் சாப்பிடறோம்”.

“சொல்றதுக்கு நல்லாதான் இருக்கு”.

“பின்ன தொடர்ந்து குடிச்சிட்டு வருவானுங்க. வேணும்னு வொதைப்பாங்க. எவ்ளோ நாள் பாத்துக்கிட்டு இருக்கிறது”.

“அதான் வாடிக்கையாப் போச்சே”.

“அதெல்லாம் முடியாது; நம்ம தெரு விவகாரத்துல இவனுங்க ஏன் தலையிடறானுங்க, வாங்க, போலிசுக்குப் போவம்”.

நாட்டாமை ரங்கசாமிக்குச் சிரிப்பு, துக்கத்தையும் மீறிக் குபீரென எழுந்தது. தெருவில் எந்தப் பிரச்னை வந்தாலும் அது ரவுடிப் பையன்களுக்குக் கிடைத்த அல்வாத் துண்டு மாதிரி. ஊருக்குள் இருக்கும் மற்ற சக்கிலிக் குடும்பங்களுக்குத் தெரிந்தாலும் கேட்க வரமாட்டார்கள். கண்டு கொள்ளவே மாட்டார்கள். நாட்டாமை சிரித்து முடித்து மணியின் பக்கம் திரும்பினார்.

“வம்ப வெல குடுத்து வாங்கக்கூடாதுப்பா”.

“அதுக்காக சும்மா இவனுங்ககிட்ட ஓதபடச் சொல்றீங்களா?”

“நாம அம்பது தலகட்டு இப்பிடி அநாதையா கெடக்கறமே”.

“அநாத ஒன்னுமில்ல, நாமெல்லாம் அரசாங்க வேல பாக்குல?”

“ஆமாம். நாம ஓதபட்டு புகார்னு போனப்பல்லாம் இதே அரசாங்க போலிசுதான் கைகொட்டிச் சிரிச்சுச்சு”.

“இப்படியே உட்டா நம்ம மானம் மரியாதையெல்லாம் காத்துல போயிடும்”.

“தெருவுல எவனுக்குத்தான் மானம் மரியாத இருக்குது?”

“நாட்டாமக்காரர, அதுக்குன்னு நம்மளையே கொறச்சு மட்டமா பேசாதீங்க; மத்தவனுக்கு உள்ளதுதான் நமக்கும் இருக்கு. நம்ம வாழ்க்க இப்படி மட்டமா இருக்கறதினால உங்கள இப்படிப் பேசச் சொல்லுது. அதுக்குக் காரணம் நாம இல்ல. நம்ம ஆளுறவன், நம்மள ஏய்ச்சுப் பொழைக்கிறவன்தான். தெரிஞ்சுக்குங்க. இன்னும் அந்தக் காலத்திலேயே கெடக்காதீங்க”.

“டேய் என்னமா பேசுறீங்க. இன்னும் நாலு எழுத்து படிச்சிட்டா அவ்ளோ தாண்டா நீங்க”.

“சரி, நீங்க வரப்போறீங்களா இல்லியா?”

“வேகத்திலும் ஒரு நிதானம் இருக்கணும்டா”.

“என்னாண்ணே சும்மா வளவளன்னு பேசிக்கிட்டு”.

பெருமாள் வார்த்தையால் கடிந்தான். எல்லோரும் பெருமாள் பக்கம் திரும்பினார்கள். மணி, பெருமாள் சத்தம் நாட்டமை வீட்டுப் பக்கம் கேட்கக் கேட்க என்ன என்பது போல் கூட்டம் சேர்ந்துவிட்டது.

"அன்னிக்கு அதுமாதிரி தான்; நம்ம காஞ்சனாவ சாவுக்கு ஆடவரலேன்னு போட்டு உதைச்சு ஊட்டுல இருக்கிற பாத்திரத்தையெல்லாம் உடைச்சுப் போட்டான் அந்த தாஸ் பையன். யாரும் கேக்கல. நம்ம தெருவுல காஞ்சனா தமாசா ஆடுவா. அதுக்காக இவனுங்க ஊட்டு சாவுக்கெல்லாம் ஆடணும்னு இன்னா தலையெழுத்து. அப்டீதான் ருக்மணிய கையப் புடிச்சி இழுத்து ஒருநாள் கட்டிப் புடிக்கறான். இன்னிக்கு போதையில கட்டிப் புடிப்பான். நாளைக்குப் படுக்கக் கூப்டுவான். அனுப்பி வைப்பாங்களா. இவென் இப்டி பண்றான்னா அந்த மோகன் அப்டிதான்; நேர்மயா சீட்டாட்டத்தில் வெளையாடி செயிக்க முடியாம போயும் போயும் எட்டிக் கொட்டைகிட்ட தோத்துப்புட்டு அப்புறம் காச அடிச்சுப் புடுங்கறான். சம்பளத்தன்னிக்கு திருட்டு சாராயக் கணக்கு எழுதி வந்து அடிச்சுப்புடுங்கறான் அந்த இப்ராஹிம். செத்தவன் பணத்த அரசாங்கதுல வாங்கறதுக்கு பொன்னுசாமிக்கு இவென் என்னமோ மாமன் மச்சான் மாதிரி தலையிட்டு கடசியில காசப்புடுங்கறான் அந்த செல்வராஜ். ஒவ்வொருத்தனும் இப்படியே பண்ணா இன்னா அர்த்தம். நாம இன்னா அடிமைச் சாசனமா எழுதிக் குடுத்திருக்கோம்?"

பட்டம்மாள் பாட்டி, கேட்கறது எல்லாம் நியாயம்தான் என்பது போலத் தலையாட்டினாள். இரவு கருத்து கனத்தது.

"நாட்டமா என்ன சொல்றிங்க, வர்றிங்களா?"

அவர் கவிழ்ந்திருந்த தலையை நிமிர்த்தினார். போலிசுக்குன்னா நான் வர்ல.

"அப்ப சுந்தரம் உடையார் வூட்டுக்கு வாங்க".

"என்ன நம்ம கவுன்சிலர் வூட்டுக்கா".

"ம்".

“ஏன்?”

“வெத்திலப் பாக்கு மாத்திக்க, சரியான ஆளுய்யா நீ நம்ம நடராசன பத்து பாஞ்சு நாளு எந்திரிக்க முடியாம இப்படி அடிச்சுப் போட்டவன், அவரு மவன் சின்னப்பையன் தான். தெரிமா?”

“அவரப் பத்தித் தெரியாதா உங்களுக்கு?”

“ஓட்டு வாங்கி ஜெயிக்கிறாரே அப்ப?”

“ஓட்டு போடலேன்னா ஓதைப்பேன்றான். மேல பேசுனா ஊட்டக் கொளுத்திடுவேன்றான்”.

“சரி, டேய் வாங்கடா, இந்தாளு தேற மாட்டாரு”.

நின்றிருந்தவர்கள் சிறு கூட்டமாக சுந்தரம் உடையார் வீட்டுக்குப் போனார்கள். அவரைச் சுற்றிக் கட்சிக்காரர்கள் கூட்டம்.

“அண்ணே, சக்கிலிப் பசங்க வந்திருக்காங்க” குரல் கேட்டது.

அவர் வெளியே வந்ததும் அவரது பையன் செய்ததைச் சொன்னதும் பிடிகொடுக்காமல் பேசினார்.

“குடிச்சிட்டு கலாட்டா பண்ணா யார்தான் பாத்துக்கிட்டு இருப்பாங்க?”

“அதுக்காக இப்டீ செய்யலாமா?”

“டேய்... உங்களால இன்னா செய்ய முடியும்?”

“அப்டீயெல்லாம் பேசாதீங்க”.

“போலிசு, கோர்ட்டுன்னு எல்லாத்தையும் பாப்பன் தெரியும்ல”.

“அப்டீன்னா எங்களுக்குன்னு சில நியாயம் தெரியும். இனிமே எவனாவது தெருவுல எறங்கட்டும் நாங்க பேசிக்கறம்”.

“சவாலாடா உடுறீங்க. போங்கடா நாயே”.

எல்லாரும் தெருவிற்கு முணுமுணுத்தபடியே வந்து சேர்ந்தார்கள். போயும் போயும் இவன்கிட்ட நியாயம் கேட்டோமே என்று

புலம்பினார்கள். நாளைக்கு 'என்கிட்ட யாராவது வந்து சொன்னீங்களா' என்றால் அது கூடச் சரிதான் என்றார்கள் சிலர்.

அன்று ஞாயிற்றுக்கிழமை. பொன்னுசாமி வீட்டுப் பக்கம் சிலர் பல்லாங்குழி விளையாடிக் கொண்டிருந்தார்கள். மணி வீட்டு வாசலில் நாலைந்து பேர் சீட்டுக்கட்டு விளையாடிக் கொண்டிருந்தார்கள். விடுமுறை ஆதலால் சிலர் குடிசையின் உள்ளும் திண்ணையிலும் உறங்கியும் உறங்காமலும் சாய்ந்து கிடந்தார்கள். நாய்கள் குரைக்க ஆரம்பித்தன. சத்தம் வந்த திசையில் கண்கள் போய் விழுந்தன.

தாஸ் நிரம்பக் குடித்து விட்டுப் பள்ளக் தெருவிற்குள் இறங்கிக் கொண்டிருந்தான். கையில் முழங்கை அளவிற்குக் கத்தி. பெண்கள் வெடவெடத்து விழித்தார்கள். அவிழ்ந்த கைலியை இன்னொரு கையில் பிடித்திருந்தான்.

"இவன கேக்கவே ஆளில்ல".

"காறி மூஞ்ச நாயி, தறுதலயப் பெத்துப் போட்டிருக்கான் பாரு".

"எங்கனா காரு, லாரில மாட்டி சாவுறானாப் பாரு".

சனங்களின் வசை தொடர்ந்தது. அவன் கைலியை இழுத்துப் பிடித்து தள்ளாடியபடி வந்தான். சீட்டாட்டம் விளையாடியவர்கள் அவனை வெறித்துப் பார்த்தார்கள். மணிக்குப் பீடிப்புகை சுருள் சுருளாய் எழுந்தது. தாஸ் ருக்குமணி வீட்டுத் திண்ணையில் விழுந்தான். "ஏய் ருக்குமணி, எங்கடீ இருக்க?" என்றபடி சத்தம் போட்டான்.

சீட்டாட்டத்தில் இருந்தவர்கள் எழுந்து வந்தனர். அவன் போதை கிறக்கத்தில் நிமிர்ந்து பார்த்தான்.

"இன்னாடா இங்க உனுக்கு வேல?"

"இன்னாடாவா" தாஸ் அலறியடித்துக் கொண்டு எழுந்தான்.

"மரியாதயாப் போயிடு".

"இன்னாடா பண்ணுவீங்க, கிட்ட வந்தா கூறு போட்டிருவன், ஜாக்கிரத".

எல்லாரும், "வேணாம்பா வம்பு, எட்ட வந்துரு" என்று மணியை இழுத்தார்கள்.

"இன்னாடா மொறைக்கிற. ருக்குமணி என்கிட்ட படுக்கிறதுக்கு அம்பது ரூபா வாங்கனா தெரீமா?"

"டேய். மரியாதயாப் போறியா, இல்லியா?..."

மணி நெட்டித் தள்ளினான். அவன் கத்தியை ஓங்க இரண்டு பேரும் கட்டிப் புரண்டார்கள். மணி கத்தியைப் பிடுங்கிக் கொண்டு முகத்தில் எட்டி உதைத்தான். அவனுக்கு ரத்தம் தொரதொரவெனச் சொட்டியது. பெருமாள் கக்கூஸ் கழுவ வைத்திருந்த 'ஆசிட்' பாட்டிலை உடைத்து இன்னொரு கையில் ஏந்தினான். அவனுக்கு நிலைமை விபரீதமாகப் போகிறது என்று புரிந்தது. மேலத்தெருப் பக்கம் ஓட்டம் பிடித்தான்.

"ஓடுறா நாயே, உசிருக்குப் பயந்தவங்க நாங்கல்லடா".

அவனது குரல் உச்சஸ்தாயியில் எழுந்தது. பாட்டில் உடைத்த போது தெறித்த 'ஆசிட்' கைகளில் பட்டுக் கொப்பளித்தது. பெண்கள் நெருங்கி வந்தார்கள். சேலைத் தலைப்பால் அவன் கையை அழுத்திப் பிடித்தார்கள்... அவனுக்கு எரிச்சல் அதிகரித்துத் தலையில் 'நங்'கென்று உறைத்தது.

□

முள்

அடர்ந்து வெண்புகை படிந்த பனியை கிழித்துக் கொண்டு காலை வெய்யில் உக்கிரம் வீசியது. எங்கும் புழுதி அப்பிக்கிடந்த மாதிரி இருக்க பேருந்து நிலையம் முழுக்கப் புழுதி வெள்ளக் காடாய் வெற்று வெளியில் பூசியபடிக் கிடந்தது. வருகிற போகிற பேருந்துகள் பேருந்து நிலையத்தின் உள்ளே குளத்தில் விழுந்த எருமையைப் போல் பேருந்துகள் ஒவ்வொன்றும் விழுந்து விழுந்து எழுந்தன.

பேருந்து நிலையம் ஒரு காலத்தில் மிகப் பெரிய ஏரியாக ஊரை ஒட்டியபடி இருந்தது. அவற்றிலிருந்து நிரம்பி வழிகிற நீர்தான் சுற்றுவட்டாரங்கள் முழுக்கப் பாய்ந்து விளைச்சல் மிகுந்து கண்ணுக்கெட்டிய தூரம் வரைக்கும் பச்சைப்பசேலென இருக்கும்.

கிழக்கே பூந்தோட்டம் தொடங்கி கீழ்ப்பெரும்பாக்கம், மருதூர் என்று பாய்வதோடு அல்லாமல் வழுதரெட்டி, கோலியனூர், சாலாமேடு, திருப்பாச்சனூர் வரை தண்ணீர் பாய்ந்து ஊருக்குப் பெருமை சேர்க்கும் இடமாகத்தான் காட்சியளித்தது.

சின்ன வயதில் இந்தப் பிரதான சாலையின் இடது ஓரம் குன்றென நிமிர்ந்து நிற்கும் கரைமேல் ஏறி நின்றால் ஒரு பக்கம் ஏரியின் அழகும் மறுபக்கம் கண்ணுக்கு எட்டிய தொலைவு நகர்ப்புறத்து வீடுகளும் ஒரு பக்கம் நிலங்களுமாய்ப் பார்க்கக் கண்கொள்ளாக் காட்சியாகத் தெரியும்.

ஏரி நீரைப் பார்த்தால் அப்படியே பளிங்கு போல சலசலவெனத் தத்தளிக்கும். தூரத்தில் விழல்கள் கோரை கோரையாய்த் தண்ணீரில் மூழ்கியபடி நிற்கும். இடையிடையே காட்டாமணிச் செடிகள் செழித்து வளர்ந்து கிடக்கும். கோரைகளுக்கிடையே

நீர்க்கோழிகளும் நாரைகளும் மெல்லமாய்த் தலையைத் தூக்கிப் பார்க்கும்.

மீன் குஞ்சுகளைப் பார்த்து நீருக்குள் தலையை விடும். சிக்கிக் கொண்டதும் அலகுகள் வான் நோக்கிப் பார்க்க லபக்கென மீன்களை விழுங்கும். நீர்ப்பூக்கள் கரையோரங்களில் படர்ந்தபடி தண்ணீரில் மிதக்கும். பாம்புகள் தவளைகளை, நத்தைகளைத் தேடிச் செல்லும் போது நீர்க்கோடுகள் வளைந்து சுழிந்து ஏரி நீரை அலங்கரிக்கும்.

தெற்கேயிருந்து கிராமத்துப் பிள்ளைகள் வந்து குளித்துக் கொண்டே விளையாடுவார்கள். அவர்களுக்காகவே கலிங்கல் பக்கம் கட்டிவிட்ட மாதிரி படிக்கற்கள் இருக்கும். கலிங்கலில் வழியும் தண்ணீரில் கிழிந்த ஆடைகளோடே அவர்கள் நனைந்து குளிப்பார்கள். பெரியவர்கள் பாறைகள் பெயர்ந்து விழுவது போலத் தொபீரெனக் குதித்து ஏரிக்குள் நீந்துவார்கள். வாலிபப் பிள்ளைகள் ஏரிக்கு நடுவே எவ்வளவு ஆழமானாலும் சரி உயர்ந்து நிற்கும் ஒரு கோரையைக் காட்டி, அதைத் தொட்டுவிட்டு மீண்டும் கரைக்கு வரவேண்டும் எனப் பந்தயம் கட்டி நீந்துவார்கள். பெண்கள் கொஞ்சம் தள்ளி ஒதுக்குப் புறத்தில் துணி துவைப்பதும் குளிப்பதும் நடக்கும். கரையில் சோப்புப் போட்டுக் கொண்டு ஆழமற்ற பகுதியில் தண்ணீருக்குள் இறங்குவதை நெடுநேரம் பார்த்தபடி ஒரு ரசிகர் கூட்டம் குளித்துக் கொண்டிருக்கும்.

ஊர் மக்களின் பெரும் செல்வமாய் இருந்த இந்த ஏரியும் அதைச் சுற்றிய நிலங்களும், நிலங்களை நம்பி வாழ்ந்த குடும்பங்கள் எல்லாம் காலவெள்ளத்தில் கரைந்து போன மாதிரி வெவ்வேறு சூழலில் எல்லாம் காணாமல் போயின.

அன்றைக்கு இருந்த அந்தப் பசுமையும் செழிப்பும் எங்கிருந்தோ வந்து யாரோ பிடுங்கிக் கொண்ட மாதிரி ஏரி மூளியாய் நின்றது. ஏரியில் பிரதான சாலையை ஒட்டிய ஒரு பகுதியில் மண்ணடித்து நிரப்பி நகராட்சியினர் பேருந்து நிலையம் கட்டியிருந்தார்கள்.

நகராட்சியின் புதிய பேருந்து நிலையம் வெளிநாட்டு வங்கிக் கடன் உதவியால் கட்டப்பட்டிருந்தது. வாங்கிய கடனில் ஒரு சில வசதிகள்தான் உடனடியாகச் செய்திருந்தார்கள். சுற்றிலும்

'ப'வைக் கவிழ்த்துப் போட்ட மாதிரி சிமெண்ட் கட்டைகளும் மேற்கூரைகளும் விளக்குகளும் போடப்பட்டு இருந்தன.

பேருந்து நிலைய வாயிற்பகுதியில் நின்று பார்த்தால் சுற்றிலும் அந்தச் சின்ன வயதில் பார்த்த பச்சைப் பசேலென மனதில் மின்னும் பிம்பம் மாத்திரம் தெரியும், பார்வையில் ஆங்காங்கே கட்டடங்களும் கண்ணுக்கு எட்டிய தூரம் கரம்புக்காடாய்க் காட்சியளிக்கும்.

பேருந்து நிலையத்தில் பேருந்து வரும் பாதைகள் பாதியளவு முடிந்தும் பாதியளவு முடியாமலும் சிதைந்து கிடந்தன. மண்ணும் கற்களும் கலந்து அழுந்திக் கிடந்தாலும் மழை நாட்களில் கரைந்து முட்டுமுட்டாய்க் கற்குவியல்கள் முளைவிட்ட மாதிரிக் கிடந்தது.

பேருந்துகள் ஒவ்வொன்றும் குதித்து எழுவதையும் உள்ளேயிருக்கும் பயணிகள் படும் மரண அவஸ்தையையும் பார்ப்பதற்கு ஓரமாய் நடைபாதையில் பழைய செருப்புத் தைக்கும் கடை வைத்திருக்கும் இருசனுக்கு மட்டுமல்ல; அங்கு வந்து போகிற எவருக்கும் சங்கடமாய்த் தான் இருக்கும்.

பேருந்து நிலையத்திற்குள் குறுக்கே வரிசையாய்க் கடைகள் கட்டப்பட்டிருந்தன. வாடகைக்கு எடுத்தவர்கள் கடையின் வாயில் தாண்டி வழிநெடுக நடைபாதையில் தாங்கள் விற்கும் பொருட்களை இறைத்திருந்தார்கள். தப்பித்தவறி நிமிர்ந்து பார்த்தால் இன்னா சார் வேணும் என்று கழுத்தைப் பிடித்து இழுக்காத குறையாகக் கூப்பிடுவார்கள்.

இருசன் அந்தக் கடைசிக் கடையின் பின்னால் கழிவறைப் பக்கம் ஒரு ஒதுக்குப்புறமாக வழக்கம் போல் கடையை விரிக்க ஆரம்பித்தான்.

பனி, குளிர்க் காற்றில் கலந்து மெல்லமாய் உடல் சிலுசிலுவென ஆனது. ஆனாலும் முன்னெப்போதும் போலில்லாமல் உள்ளுக்குள் வெடவெடக்க ஆரம்பித்தது.

பழைய பேருந்து நிலைய வாயிலில் புழுபுழுத்த அந்தச் சாக்கடையோரம் பழைய செருப்புகள் தைக்க ஒண்டிக் கொண்ட போது பெரும் எதிர்ப்புகள் இல்லாமல் இருந்தது. கேட்கிற

ஒன்றிரண்டு போலிசுகள் நாற்றம் தாங்காமல் ஓட்டம் பிடிக்க ஆரம்பித்தார்கள்.

பேருந்து நிலையம் மாறிய பிறகு செருப்பு தைக்கக் கடைபோடத் தோதாய் ஒரு இடம் கிடைக்கவில்லை. அப்படியே கிடைத்த மாதிரிக் கழிவறைப் பக்கம் ஒண்டிக் கொண்டாலும் ஒருவனும் விடுகிற மாதிரி இல்லை. அடிக்கடி தொல்லைதான். ‘விடியாமூஞ்சி வேலைக்குப் போனானாம்; வேல கெடச்சாலும் கூலி கெடைக்கலியாம்’ என்கிற மாதிரிதான் பிழைப்பு அவனுக்கு இருந்தது.

செருப்புக் கடைக்காரர்கள் தூண்டி விட்டுச் சண்டை வாங்க ஒரு கூட்டம் எப்போதும் சுற்றிக் கொண்டிருந்தது. மறுபக்கம் நகராட்சியிலிருந்து மேஸ்திரி, வருவாய் ஆய்வர் என்று அவ்வப்போது வந்து மிரட்டிவிட்டுப் போனார்கள். போலிசுகள் ஒரு பக்கம் மிரட்டிக் கொண்டிருந்தார்கள்.

பேருந்து நிலையம் இங்கு மாறிய பிறகு ஒழுங்காகச் சாம்பாதிக்கவே முடியாமல் இருசன் மனம் உடைந்து போனான். பெட்டிக் கடை வைத்துச் செருப்பு தைக்க வங்கிக் கடனுக்கு அலைந்ததுதான் மிச்சம். கிடைத்த பாடில்லை. மனைவிக்கும் பிள்ளைகளுக்கும் பதில் சொல்ல முடியாமல் உட்கார்ந்த இடத்தில் சம்பாதிக்கவும் முடியாமல் செருப்பு தைக்கும் பொருட்கள் குலுங்கக் குலுங்க நிற்கிற பயணிகள் ஒவ்வொருவராய்ப் பார்த்துக் கெஞ்சுவான்.

கெஞ்சிக்கெஞ்சி அப்படி இப்படி என்று பார்த்தால்கூட இருபது முப்பத்துக்கு மேல் கிடைக்காமல் திரும்புவான். சோகம் அப்பிய அவன் முகம் பார்த்து மனைவி தானும் சேர்ந்து சோர்ந்து போவாள். வாழும் வாழ்க்கையை எண்ணி மனம் வெம்பிச் சபிப்பாள்.

நகாராட்சியில் வருவாய் ஆய்வர் ஒருமுறை கோபப்பட்டுப் பேசியது அவனுக்குள் பயத்தை அதிகமாய் உண்டு பண்ணியது. நெஞ்சில் இறங்கி இன்னமும் முள்ளாய்க் குத்திக் கொண்டிருந்தது.

“டேய் இங்க வா”.

வருவாய் ஆய்வர் கூப்பிட்டதும் இன்றைய பிழைப்பு போய்விட்டது என்கிற மாதிரி அருகே வந்தான் இருசன்.

“இன்னா சாமி”

“நான் எத்தன மொற சொல்றன்...”

“இல்ல... வந்து...”

“அதெல்லாம் பேசாத, மரியாதயா ஓடிடு”.

“சாமி, தோ ஓரமாதான் கட போட்டிருக்கன்”.

“ஏன் நடுவுலதான் போடேன்”.

“இல்ல சாமி, பொழப்பு ஒன்னும் சரியில்ல”.

“அதுக்காக”.

“நாங்க எங்கதான் போயி பொழைக்கறது சாமி”

“அதுக்காக இங்கதான் கெடைச்சுதா, டேய் பேச்சப் பாத்தியா பேச்சு, ம்”.

“ரவோண்டு ஒதுங்கிக் கெடக்கிறேன் சாமி”.

“என், ஒரு லட்சம் செலவு பண்ணிக் கட எடுக்கறதான”.

வந்தவன் சொல்லிவிட்டு சிரித்தான். இருசன் முகம் வெட்கத்தால் நனைந்தது.

“எங்களால எங்க சாமி முடியும்”.

“டேய், இனிமே உள்ள எங்கயும் நான் உன்னப் பாக்கக்கூடாது. அப்புறம் நடக்கறதே வேற, ஆமாம்...” அவன் திட்டி விட்டுப் போனான்.

கிழிந்து போன கட்டம் போட்ட அழுக்குக் கைலியின் துண்டுப்பகுதி ஒன்றை விரித்தான் இருசன். பிளாஸ்டிக் பையிலிருந்து ஒவ்வொன்றாய் உள்ளிருந்து பொருள்களை எடுத்து வைத்தான்.

குத்தூசிகள் சின்னதிலிருந்து பெரிது வரை வரிசையாய் எடுத்து அடுக்கினான். தட்டையாய்ச் சிறு கட்டையும் கல்லும் எடுத்து வைத்தான். பழைய செருப்புகள் சில வந்து விழுந்தன. தோல்

மற்றும் பிளாஸ்டிக் துண்டுகள் சுருளாய்க் கட்டப்பட்டிருந்தது. கத்தி, பாலிசு, பசை என்று பையிலிருந்து ஒவ்வொன்றும் கலாபூர்வமாய் அடுக்கி வைத்தான்.

வத்தி ஒன்றை வாங்கி வந்து பாலிசு டப்பாவின் மேல் கொளுத்தி வைத்தான். வத்தி நன்றாகப் புகைய ஆரம்பித்தது. அவனது கண்கள் நாலாப் பக்கமும் துழவின. பயணிகள் அவசர அவசரமாய் வருவதும் திடுதிப்பென வண்டிக்குள் ஏறுவதுமாய் இருந்தார்கள்.

அருகே நின்றிருந்த ஒன்றிரண்டு பயணிகளிடம் ஓடிப்போய்க் கேட்டான்.

“வாரு பிச்சுக்கிச்சு, தைக்கட்டுமா சாமி”

“ம்... ஹூம்”

“பாலிசு போடட்டுமா”

“வேணாம், வேணாம்”.

கூடவே பயம் எழுந்து எல்லாப் பக்கமும் கண்கள் திரும்பியது. எந்தப் பக்கம் யார் வருவார்களோ என்ற அச்சம் உள்ளுக்குள் கிளர்ந்தெழுந்தது. கத்தியை அடிக்கடி சிறு சாணைக்கல்லில் தேய்த்து வைத்தான். மீண்டும் வந்து உட்கார்ந்து கொண்டு கைகளைக் கட்டிக் கொண்டு வேடிக்கை பார்த்தான்.

கிழக்குப் பக்கமிருந்து திபுதிபுவெனப் போலிசுக்காரர்கள் ரெண்டு பேர் ஓடிவந்தார்கள். அவனுக்கு முன்பாக ஒருவன் சிட்டாகப் பறந்து வந்தான். ஓடிப் போய்ப் பேருந்து நிலைய மதிலேறிக் குதித்து மேற்குப் பக்கமாக முள்ளுத் தோப்புப் பக்கம் ஓட்டம் எடுத்தான்.

மதில் ஏற முடியாமல் ஏமாற்றத்தோடு திரும்பிய போலிசுகளுக்கு நாய்க்கு இரைக்கிற மாதிரி ‘புஸ்... புஸ்...’ என மூச்சிரைத்தது. கண்கள் சிவந்து கொப்பளித்தன.

வழியில் நின்ற மூட்டை தூக்குபவர்கள், லாட்டரி விற்பவர்கள், கூடையில் பழம் விற்பவர்கள் என்று எல்லோரையும் அடித்துக் கொண்டும் நெட்டித் தள்ளிக் கொண்டும் வந்தார்கள்.

ஒதுக்குப்புறமாய் இருப்பதால் நமக்குப் பிரச்சினை இருக்காது என்கிற நம்பிக்கை துளியாக ஒட்டிக் கொண்டிருந்தது.

நெருங்க நெருங்க அவர்கள் பார்வை வித்தியாசமானதை அவனால் உணர முடிந்தது. தெரிந்து வைத்த மாதிரி அருகே நெருங்கி ஒருவன் பளீரென அறைந்தான். மற்றொருவன் பூட்சு காலால் எல்லாவற்றையும் நெட்டித் தள்ளினான்.

"டேய் எத்தன மொற சொல்றது"

இருசனுக்கு வெடவெடக்க ஆரம்பித்தது.

"அய்யா இனிமே வரமாட்டேன்".

மீண்டும் பளீர் பளீரென அறை விழுந்ததும் சத்தங்கேட்டுப் பேருந்து பக்கம் நின்றிருந்த அய்யப்பனும், மூர்த்தியும், மோகனும் ஓடி வந்தார்கள். பயணிகள் கூட்டம் சற்று எட்டவே நின்று வேடிக்கை பார்த்தது.

"சார், சார் நிறுத்துங்க" மோகன் தடுத்தான்.

"டேய் சக்கிலிப் பையனுக்கு வக்காலத்தா".

பற்களை நெரித்துக் கொண்டு நெட்டித் தள்ளினான் போலிசு.

"சக்கிலியோ, பறயனோ... மனுசனாப் பாருங்க சார்".

மூர்த்தியின் வார்த்தை கேட்டு இருவரும் திரும்பினார்கள்.

"டேய் கடவெக்கக் கூடாதுன்னா இன்னாடா பேசுறீங்க".

"அப்போ, நாங்கெல்லாம் எங்கதான்ங்க பொழைக்கறது" மோகன் கேட்டான்.

"சட்டமா பேசுற சட்டம், நீ யாருகிட்டப் பேசுற தெரீமா..."

"சட்டமில்ல சாமி வயித்துப் பொழப்பு அதான்..."

இருசன் கண்கள் குளமாகிக் கண்ணீர் வழிந்தது.

"நகராட்சி உத்திரவு தெரீமா உனுக்கு".

“பறையன், சக்கிலிங்க பொழைக்கக் கூடாதுன்னு சொல்லியிருக்கா சார்” மூர்த்தி திரும்பவும் குறுக்கிட்டு நியாயம் கேட்டான்.

“யார்டா அவன் குறுக்கக் குறுக்கப் பேசறது, நடக்கறதே வேற ஆமா... டேய் நடடா ஸ்டேசனுக்கு...”

இருசன் சட்டையைப் பிடித்து இழுக்க அது கிழிந்து கழுத்துப் பட்டை நார் நாராய்த் தொங்கியது.

“செருப்புத் தெக்கறவனயும், நரிக்குறவனயும் உள்ள உடக் கூடாதுன்னு உத்திரவு தெரிமா”.

“எவன் சார் சொன்னது”

“நகராட்சியில் போய்க் கேளு, தீர்மானமே போட்டிருக்கான்...”

“சாமி நாங்க கொல பண்றமா, கொள்ளையடிக்கறமா, ஏன் இப்டீ...”

“ஏன் டா சொல்லமாட்ட, உன்னப் பாத்து நாலு பேரு கட வெப்பான், அப்புறம் நாப்பதாவும் தெரிமா...”

எல்லாவற்றையும் பிளாஸ்டிக் பையில் வாரிப் போட்டான் இருசன். கடைசியாய்க் கிடந்த பழைய செருப்பொன்றை எடுப்பதற்குள் அவனை வலுவாய் இழுத்துக் கொண்டு நடந்தார்கள் போலீசுகள்.

இருசன் திரும்பிப் பார்த்தான். தம்மோடு பின்னால் வந்த நண்பர்களைத் தாண்டிப் பார்வை விழுந்தது. அவன் உட்கார்ந்திருந்த இடத்தில் எரிந்து கொண்டிருந்த வத்தி மிதிபட்டுப் பாதியிலேயே அணைந்து போயிருந்தது. விட்டுப் போன பழைய தோல் செருப்பொன்று கறுத்து வலுவாக முறுக்கேறியிருந்தது.

முள் உள்ளுக்குள் ஆழமாய்ப் பதிந்து நெஞ்சிலிருந்து இரத்தம் கசிந்தது.

□

கவுரவம்

'அதோ அதுதான்' என நினைத்தான் அவன். நண்பன் சொன்ன ஞாபகம் வந்தது. தெருவிற்குள் போய் வந்துவிடலாம் என நினைத்தான். யாரையாவது கேட்டாலாவது தெரியும் யாரைக் கேட்பது? தெரு ஏதோ புயலடித்துப் போட்ட மாதிரி ஓ'வென்று வெறிச்சோடிக் கிடந்தது

சில இடங்களில் தொலைக்காட்சியின் ராட்சத இரைச்சலில் உள்ளுக்குள்ளே மனிதர்கள் பலர் மூழ்கிக் கிடந்தார்கள். கதவைத் தட்டி அப்புறம் அவர்கள் மூளையைத் தட்டிக் கேட்பதற்குள் அந்த இடத்தைக் கடந்து விடலாம் எனத் தோன்றியது.

மோட்டார் வண்டியிலிருந்து இறங்கிக் கொஞ்ச தூரம் தள்ளிக் கொண்டு போனான். நண்பன் சொன்ன அடையாளங்களை ஒரு வழியாய்ச் சுயபுத்தியை வைத்து அவனால் கண்டுபிடிக்க முடிந்தது. அந்த மரத்தோரம் உள்ள சின்னக் கோயிலுக்குக் பக்கத்தில் அந்த வீடு இருந்தது.

சன்னல் கம்பி வழியே அட்டை ஒன்று தொங்கியது. வண்டியை நிறுத்திவிட்டு நிதானமாய்த் தெருவை ஒருமுறை பார்த்தான். நேர்க்கோட்டில் இல்லாமல் வளைந்து நெளிந்து கிடந்தது. கொஞ்ச தூரத்தில் குப்பைத் தொட்டி நிறைந்து வழிந்தது.

நாயொன்று மேலே ஏறி எதையோ தேடியபடி குப்பைகளை வாரிவாரி மேலும் மேலும் இறைத்தது. அருகே சாக்கடை நீர் சேற்றுக்குள் சிக்கி இப்படி அப்படிப் போகாமல் புழுத்துக் கிடந்தது. சோப்பு நீரில் கிளம்பும் முட்டைகள் போல் சாக்கடை நீர்மேல் சிறுசிறு கொப்புளங்கள் உருவாகி அவ்வப்போது வெடித்து மறைந்தன.

நெடுக தாள்களும் பிளாஸ்டிக் குப்பைகளுமாய் ஆங்காங்கே இறைத்துவிட்ட மாதிரிக் கிடந்தது. அவன் ஒவ்வொன்றாகப் பார்க்கப் பார்க்க முகம் சுளித்தான். நெஞ்சை அழுத்திப் பிடித்தான்; வாய் குமட்டுவது போலிருந்தது.

எங்கெங்கோ அலைந்தும் வீடு கிடைக்கவில்லை. கிடைத்தால் அவனுக்குத் தகுந்த மாதிரி இல்லை எனச் சலித்துக் கொண்டான். எச்சிலைக் கூட்டி ஓரமாய்த் துப்பிவிட்டு வீட்டின் அருகே சென்று விசாரிக்கத் தொடங்கினான்.

“ஏங்க…”

“…”

“ஏங்க…”

அவன் குரல் வலுவாய்த் தோட்டம் வரை கேட்டது. நனைந்த புடவையோடு ஒருத்தி வந்து கேட்டாள்.

“யாரு வேணும்”

“கோதண்டம் சார் வீடு… இதான”

“ஆமாம்”

“நம்ப மாறன் வாடக வீடு சொல்லி இருந்தாப்புல, அதான் பாத்து பேசிட்டுப் போவலாமுனு…”

“யாரு மாறன்…”

“அதான் சுகுமாறன். தெரியாது…”

“ஓ அவரா, தெரியும், ஆனா…”

“இன்னாங்க”

அவன் நம்பிக்கையில் தொய்வு விழுந்தது.

“வீடு விட்டாச்சே”

“என்னாது…, வீடு உட்டாச்சா”

ம்..., நீங்க வருவீங்கன்னு பாத்தம், எம்மா நாளு... வர்ல, "கடசியில நேத்துதான் ஒருத்தர் வந்தாரு".

"அவருக்கு புடிச்சிதா!"

"ம்..., அட்வான்சே வாங்கிட்டம்"

அவன் தளர்ந்து போய் வெளியே வந்து வீதியில் நின்று யோசித்தான். கவலை வீழ்ந்த அவன் முகத்தைப் பார்க்க அவளுக்குப் பரிதாபமாய் இருந்தது.

"வேணும்னா இப்படியே போய், பீச்சக்கை பக்கம் திரும்புங்க ஒரு பைப்பு வரும்..."

அவனை நிமிர வைத்தாள் அவள்.

"சரி..."

"பைப்புக்கு எதுத்தாப்புல புதுசா வெள்ள அடிச்சிருக்கும் ஒரு வீடு"

"அப்பிடியா!"

"ஆமா, சந்து வீடுதான், உங்களுக்குப் பிடிக்கும்"

"வீடு காலியா இருக்கா?"

"தெரிஞ்சவரு, அதனாலதான் சொல்றன். உங்களுக்குப் புடிக்கும்".

அவன் நகரத் தொடங்கிய போது எங்கிருந்தோ வந்த நாயொன்று வண்டியைச் சுற்றி முகர்ந்துவிட்டுக் கொஞ்சம் தள்ளிப் போய்க் குரைக்க ஆரம்பித்தது. வெய்யில் நேர் உச்சிக்கு வந்தது.

சந்து திருப்பத்தில் போய் நேராகச் சென்ற போது அவள் சொல்லி வைத்த மாதிரி தண்ணீர்க் குழாயும் அதன் எதிரே உள்ள வீடும் தெரிந்தது. பக்கத்தில் ஒரு சின்ன சந்து தெரிந்தது. இதுவும் ஒரு வசதிதான் என்று பட்டது அவனுக்கு.

வீட்டை நெருங்கி அழைக்கும் மணியை அழுத்தலாமெனத் தேடினான். அது இருக்கிற இடம் தெரியவில்லை. கதவின் தாழ்ப்பாளைத் தட்ட உள்ளேயிருந்து குரல் வந்தது.

"யாரு...?"

அது பெண் குரலாக இருந்தது.

"சாரு இருக்கார்ங்களா..."

"நீங்க யாரு..."

அவள் கதவைத் திறந்து கேட்டாள்.

"நான்... அவரப் பாக்கணும்"

"எதுக்கு..."

"வீடு வாடகைக்கு வேணும், அதான்..."

அவள் உள்ளே போய்க் கணவனை அனுப்பி வைத்தாள். கருத்து உருண்டிருந்த அவன் தொப்பையைத் தள்ளியபடி வந்து நின்றான்.

"ம்..., சொல்லுங்க"

அவன் குரலில் ஒரு அதட்டல் இருந்தது. பார்ப்பதற்கு ஒரு பணக்காரக் களையோடு அவன் பாவனை தெரிந்தது. அடிக்கடி கையிலுள்ள மோதிரங்களையும் கழுத்துச் செயினையும் சரி செய்து கொண்டிருந்தான்.

"வீடு காலியாயிருக்குன்னு..."

"யார் சொன்னது"

"தேவாரத் தெருவுல, கோதண்டடம்ன்ட்டு"

"ஆமாமாம்"

"அவுங்க வீட்லதான் சொன்னாங்க..."

"சந்து கடைசியிலதான் இருக்கு"

அவனுக்கு அப்போதுதான் நிம்மதி வந்தது. தேவராத் தெரு, அப்பர் தெரு, அவ்வையார் தெரு, கண்ணகி தெரு, மணிமேகலை தெரு... என்று எங்கெல்லாமோ அலைந்து இந்தப் பட்டறைத்

தெருவில்தான் வீடு கிடைக்கும் போலிருந்தது. அவனுக்கு நம்பிக்கையில் உள்ளங் குளிர ஆரம்பித்தது.

“பரவாயில்லீங்க...”

“சரி..., உங்க பேரு”

“என் பேரா, வேல்ஸ்”

அவன் கருப்பு பேண்ட், வெள்ளைச் சட்டையில் தலையில் இசுலாமியரைப் போல் ஒரு அரை வட்ட நூலினால் நெய்த தொப்பி அணிந்திருந்தான். அவன் வந்த மோட்டார் வாகனம் சாய்வாய் வாசலில் நின்றிருந்தது.

“நீங்க முசுலிமா?”

“இல்ல”

“அப்ப கிறிஸ்டியனா”

“இல்ல, இந்துதான்”

“தொப்பியோட பாக்கறதுக்கு முசுலிமாட்டம் இருக்கீங்க...”

“எனக்குப் புடிச்சது. அதான்”

அவன் சிரித்துக் கொண்டான்.

“வேல்ஸ்ன்னா”

“வேலுசாமி, எல்லாம் வேல்ஸ்ன்னு கூப்பிடுவாங்க”

“என்ன வேல”

“கடிகாரம் பழுதுபாக்கற கட வெச்சிருக்கன்”

“சரி, சரி, வந்து பாருங்க”

அவன் சந்திற்குள் நுழைந்து கடைசியில் சென்றான். தோட்டத்துப் பக்கம் ஒதுக்கி வைத்த மாதிரி இருந்தது. தொடக்கத்தில் வீட்டுக்காரர் குடியிருந்திருக்கலாம். காரை பெயர்ந்த இடங்களைப் பூசிக் கொஞ்சம் வெள்ளையடித்து வைத்திருந்தான்.

“வாடகை எவ்ளோங்க”

“வாடகை அறனூறு, அட்வான்ஸ் அய்யாயிரம்தான்”.

அவன் முகம் சுருங்கியது. உதட்டில் செயற்கையாய்ப் புன்னகை எழுந்தது. மனதுக்குள் ஏதேதோ கணக்குப் போட்டான். அதற்குள் வீட்டுக்காரன் சிந்தனையைத் திருப்பினான்.

“நீங்க எத்தினி பேரு”

“நானு, மனைவி, கொழந்த, கூட அம்மா மட்டும்”.

அவன் நிறைய கட்டளையெல்லாம் அடுக்கிச் சொன்னான். தண்ணீர், மின்சாரம், வழி என்று எல்லாவற்றையும் அறிமுகப் படுத்திக் கொண்டே வந்தான்.

“கக்கூஸ், பாத்ரூம ஆளுவெச்சுதான் கழுவிக்கணும்”.

“ஏன்ங்க”

“இப்பதான் மலம் எடுக்கற கக்கூஸ் இல்லியே; அதனால கக்கூஸ்காரி வர்றதில்ல”

“அப்பிடியா”

“தோ சாக்கட கூட ஆளவெச்சு காசு குடுத்துத்தான் தள்ளணும் இல்லாட்டி தண்ணி தேங்கிடும்”

“ஆமாமாம்...”

“கக்கூஸ்காரி தெனமும் தெருவுல வர்றா ஒன்னும் பாதியுமா, பெருக்கித் தள்ளிட்டுப் போயிடறா. இந்த அநியாயத்த யாரு கேக்றது.”

“சரிங்க, நான் வர்றேன்”

“என்ன தம்பி புடிச்சிருக்கா”

“ம்... புடிச்சிருக்கு, நாளைக்கே நாள் நல்லாயிருக்கு குடி வந்துடறன்ங்க”

"உன் இஷ்டம், அப்புறம் சொல்ல மறந்திட்டம், எல்லாம் கவுரவமானவங்க இருக்கிற தெரு".

"தெரியும்ங்க"

"சுத்தபத்தமா இருக்கணும், தப்பு தண்டா எதுவும் கூடாது".

அவன் சிரித்துக் கொண்டே கிளம்பினான்.

அவளுக்குச் சங்கடமாய்த்தான் இருந்தது. ஏன் இவ்வளவு தூரம் வந்தோம் என்றாகிவிட்டது. பிறந்த இடத்தில் பழகின மாதிரி இல்லை. சுற்றிலும் எப்பவும் சண்டையும் சச்சரவுமாக இருந்தது.

வேலுசாமிக்கு அதிலிருந்து விலகி ஒரு தனி உலகத்தில் இருக்க எண்ணம். அதிலும் அந்த மனிதர்களின் பேச்சு, மொழி, நடை, உடை பாவனையெல்லாம் யாரும் மதிக்காத மாதிரி இருந்தது. கீழ்த்தரமாக மதிப்பது போலிருந்ததால்தான் இப்படி வெளியே வந்துவிட வேண்டும் என்று தோன்றியது.

சகுந்தலா எவ்வளவு சொல்லியும் அவன் பிடிவாதமாய்க் குடி வந்தான். வசதி இருந்தால் ஒரு இடம் வாங்கித் தனி வீடுகட்டி சுதந்திரமாய் யாருடைய பிடுங்கலும் இல்லாமல் குடி வரலாம். அது சாத்தியமில்லை. அம்மா ஆராயி எவ்வளவோ சொல்லிப் பார்த்தாள். வேலுசாமி அவள் பேச்சை மறித்துக் கையை ஓங்கிக் கொண்டு பற்களை நெறித்தபடித் திட்டித் தீர்த்தான்.

ஆராயிக்கு புது இடத்தில் அதிலும் சின்னக் கல்லு வீட்டில் குடி வந்தது பெருமையாய் இருந்தாலும் உள்ளுக்குள் கூச்சமாய் இருந்தது. அதே சமயத்தில் கூடவே பயமும் எழுந்தது.

ஆராயி அதிகாலையே வேலைக்குப் போய் மாலையில் திரும்புவாள். வேலுசாமி ஒன்பது மணிக்குப் போய் இடையே சாப்பிட வருவான். பிறகு இரவு ஒன்பது மணிக்கு மீண்டும் கடையிலிருந்து திரும்பிவிடுவான்.

"எங்கங்க உங்க மாமியாரப் பாக்க முடியல".

சந்தில் தண்ணீர் பிடித்துக் கொண்டிருந்த சகுந்தலாவிடம் வீட்டுக்காரி ஒருமுறை கேட்டாள்.

“வேலைக்குப் போயிட்டாங்க”

“எங்க”

“கம்பெனில வேல”

வீட்டுக்காரி அடிக்கடி கேட்கும் போதெல்லாம், “வேலைக்குப் போயிட்டாங்க” என்பாள். ஞாயிற்றுக்கிழமைகளில் போய் எட்டிப்பார்த்தால், “வொடம்பு சரியில்ல, அப்படி இப்படி” என்று சொல்லிச் சமாளிப்பாள். ஆராயியை வீட்டைவிட்டு வெளியே வராதபடிக்கு வேலுசாமி கடுமையாக அவளை மிரட்டி வைத்திருந்தான். கைதாகி அடைத்து வைத்தது போல் இருக்கும் நிலைமை அவளுக்கு.

அப்படியிருந்தும் ஒரு நாள் வேலை முடிந்து விட்டதென்று அவள் பொழுதோடே வந்துவிட்டாள். நல்லவேளையாக வீட்டுக்காரர் யாரும் பார்க்கவில்லை. ‘இருட்டிப் போய்தான் வர வேண்டும்’ என அவனது எச்சரிக்கையை அவள் மீற அன்றிரவு சண்டையில் அவள் சாப்பிடாமல் படுத்துக் கொண்டாள்.

“நானும் என் புள்ளகுட்டியும் நல்லா வாழணுமா, வேணாமா?”

அவன் நியாயம் கேட்கும் போது மனைவி சகுந்தலா குறுக்கிட்டுப் பேசுவாள்.

“எல்லாம் எனக்குத் தெரியும் போடீ”.

அவன் நெட்டித் தள்ளுவான். குழந்தை வீறிட்டு அழுதாலும் பொருட்படுத்தாமல் கத்துவான். கூடவே முன்பக்கமிருந்து வீட்டுக்காரர்கள் யாராவது பார்க்கிறார்களா என ஒருமுறை பார்த்துக் கொள்வான். அவள் இருட்டோடு போய் இருட்டான பின் வருவது அவள் வேலையில் பழக்கமாகிவிட்டது.

அதிலும் பலருக்குக் கிழக்கே கடைசியில் இருப்பதால் கிட்டதட்ட ரெண்டு மைல் நடந்து வருவதற்குள், அவளுக்குச் சோர்ந்து வெல வெலத்துப் போய்விடும்.

அன்றைக்கு வேலைக்குப் போனவள் கொஞ்சம் தாமதமாகிவிட்டது. உயர் அதிகாரி வந்து பார்த்ததும் அவள் மிரண்டு போய் நின்றாள்.

“இன்னாமா மணி”

“தெரீல சாமி”

“ஆறரை, இப்ப வந்தா எப்டீ” அவன் கடிகாரத்தைக் காட்டிச் சொன்னான்.

“இனிமே வரமாட்டன் சாமி”

“போ, இன்னிக்கு நின்னுக்க”

அவள் எவ்வளவோ சொல்லியும் அன்று வேலைக்குப் போக முடியவில்லை.

அவள் அலுவலக மர நிழலில் உட்கார்ந்து யோசனையில் ஆழ்ந்தாள். கண்கள் கலங்கின. திடீரென வீட்டிற்கும் போக முடியாது. சாயங்காலம் வரை என்ன செய்வது என்று குழம்பிக் கொண்டிருந்தாள். இடுப்பில் வெற்றிலை பாக்குப் பையிலிருந்து இரண்டு ரூபாயில் தேநீர் குடித்துவிட்டு வெற்றிலையைப் போட்டு மென்றாள்.

யாரிடமாவது கடன் கேட்டால்தான் மதியம் ஏதாவது சாதம் வாங்கிச் சாப்பிட முடியும். காலையிலிருந்தே ஒன்றும் சாப்பிடாமல் காது அடைத்தது. அவளுக்குப் பசி மயக்கம் குடலை உருட்டிப் பிசைந்தது. கேட்டவர்களிடமிருந்து அஞ்சு பத்து ரூபாய்க்கூட பெயரவில்லை. எப்படியாகிலும் வீட்டுக்குப் போய்விடுவோம் என முடிவு செய்தாள்.

தெருவிற்குள் போகும் போதே ஒதுங்கி ஒதுங்கி ஓரமாகப் போய்க் கொண்டிருந்தாள். நல்ல வெய்யில் தலையில் முக்காடு போட்டிருந்தாள். வீட்டருகே வந்ததும் இப்படியும் அப்படியும் பார்த்துவிட்டு ‘விடுவிடு’வெனச் சந்திற்குள் மறைந்தாள். சன்னல் வழியே பார்த்துக் கொண்டிருந்த வீட்டுக்காரன் ஓடிவந்தான்.

“ஏய்… யாருடீ இங்க வா…”

அவள் வெலவெலத்துப் போய் நின்றாள்.

“ஏய்… நீயா…, இங்க எங்க…”.

"..."

ஏதோ தெரிந்தவன் போல் பேசுவது அவளுக்குச் சங்கடம் தந்தது. வாய் குழறியது. திருடப் போகிறாளோ என்று அவன் நினைத்தான்.

"இதுவுள்ள உனுக்கின்னா வேல, வா இப்டி".

"இல்லிங்க தம்பி"

"எந்தத் தம்பி"

ஏதோ சந்தில் சத்தம் கேட்பது கண்டு வேலுசாமி சாப்பிட்ட கையோடு எழுந்து வந்தான். அதிர்ந்து போய் அப்படியே வெறித்து நின்றான். மகனைப் பார்த்ததும் அவள் குலை நடுங்கியது.

"இது யார்ப்பா..."

"..."

"இவ கக்கூஸ் காரியாச்சே"

"..."

"ஏன்டி அஞ்சு வருசத்துக்கு முன்னாடி என் பிரெண்டு வீட்ல பீ வாறிட்டுக் காசு கேட்டுச் சண்ட போடல..."

"சொல்லு நீ சக்கிலிச்சிதான"

"..."

"யாருன்னு கேக்கிறேன்ல"

"இது என் பையன்"

"பாருடா கதய, சக்கிலிப் பையனுக்கு பட்டறைத் தெருவுல வூடு கேக்குதா?"

"அப்டீயெல்லாம் பேசாதீங்க"

"இன்னா பேசாத, இவ ஒன் அம்மாகாரின்னு சொல்லிக்க உனக்கு யோக்கித இல்ல, பேசுற..."

“இல்லிங்க... வந்து...”

“தோ பார்... இன்னிக்கே வூட்ட காலி பண்ணனும், சொல்லிட்டன்”.

“மூனு மாசமா வாடக தவறாம தர்றோம்ல...”

“அதெல்லாம் வேணாம், காலி பண்ணு, சொகுசாடா கேக்குது உனுக்கு”.

“திடீர்னு இப்டி சொன்னா எப்டீங்க...”

“டேய்... இது என் எடம், என் வூடு, கண்டவன்லாம் வந்து போவுற சத்திரம் இல்ல”.

“இப்ப என்ன ஆயிடுச்சின்னு கத்துறீங்க...”

“டேய் தெருவுக்கு மரியாதயில்ல; தெரிஞ்சா நாலு பேரு காறி முய்வான் என் மூஞ்சில”

அவன் வயிறு குலுங்கியது. மேலேயிருந்த நகைகள் மின்னியபடி இப்படியும் அப்படியுமாக ஆடியது.

“அதுக்குத்தான் அன்னிக்கே சொன்னன்; கவுரவுத்துக்காக சாதி சனத்த வுட்டுட்டு இப்பிடியாக் காறி முய்யிறது”.

ஆராயி சொன்னதும் வேலுசாமி அவளைப் பிடித்து நெட்டித் தள்ளினான்.

நகராட்சியில் இத்தனை ஆண்டுகளாய் வேலை செய்து பிள்ளைகளை வளர்த்து ஆளாக்கி ஒரு சின்ன வீடு கட்டக்கூட வழி இல்லாத நிலையை எண்ணி வேதனைப்பட்டாள் ஆராயி.

வேலுசாமி வேறு வீடு பார்க்கக் கிளம்பி வெளியே வந்த போது குழந்தையின் அலறல் ‘ஓ’வென வீறிட்டுக் கிளம்பியது.

□

பறச்சித்தலைவி

முன்பு போலில்லை முகம். கன்னங்கள் உப்பி, கீழ்த் தாடைகளில் சதைத் தொங்கியபடி இருந்தது. கண்கள் ஏதோ குழிக்குள் தவறி விழுந்தபடிக் கிடந்தது. கைகால்கள் உருண்டு மொத்தமாகத் தெரிந்தது.

வேகமாய் நடப்பது என்பது சிரமமான காரியம்தான். தட்டுத் தடுமாறிக் கோல்களின் துணையின்றிப் பொறுமையாகவேனும் நடந்துவிட முடியும். பருத்த உடல்வாகு அப்பிடியிருந்தது.

"ஏன்தா இந்த சென்மம் கெடக்குதோ" என்று எழுந்திருக்கும் போதோ உட்காரும் போதோ அடிக்கடி அங்கலாய்த்துக் கொள்வாள். கூடவே 'உஸ்ஸ்ஸ்... அப்பாடா...' எனப் பெருமூச்சு விட்டுக் கொள்வாள்.

"ஏண்டி அப்பிடிப் பேசுற"

கனகவள்ளியைப் பார்த்துக் கேட்பாள் மூத்தவள் அம்சவேணி.

"பின்ன இந்த சென்மம். இருந்தா இன்னா, இல்லாட்டி இன்னா..."

"ஏன் நாங்கள்லாம் இல்ல, உட்டாப் பூடுவம்".

"நான் இருந்து இன்னா செய்யப் போறேன், பேசாமப் போய்த் தொலையலாம்".

"அப்படியெல்லாம் சொல்லாத எனக்குக் கெட்டக் கோவம் வரும் தெரீமா".

புடவைத் தலைப்பால் கலங்கிய கண்களைத் துடைப்பாள் அம்சவேணி. புடவை அழுக்கேறிச் சிக்குப் பிடித்திருக்கும். கண்களில் நீர் கசிந்த சுவடு பார்த்த கனகவள்ளிக்கும் வெடுக்கென

நீர் திரண்டு கொட்டும். வெற்றிலை பாக்குப் போட்டுக் கொண்டிருந்தவள், சுண்ணாம்பைச் சிறு உருண்டையாக உருட்டி வாயில் போட்டுவிட்டுக் கைகளால் கண்ணீரைத் துடைப்பாள்.

கனகவள்ளிக்கு எல்லாம் அம்சவேணிதான் என்றானது. அவளுக்கென்று இருந்த எல்லாம் அவளை விட்டுப் போய்விட்டது. அவள் ஏதோ தான் ஒரு தனி உலகில் உயிர்வாழ்வதாய் எண்ணிக் கொண்டாள்.

உயிர் வாழ்வது என்பது ஏதோ பெரிய மெத்தை வீட்டின் பஞ்சுமெத்தைக் கட்டில் மேல் என்பதாய் இல்லை. சுற்று வட்டாரத்தில் நாலாப் பக்கமும் தோப்பும் தொரவுமாக அழகிய காட்சிகளுடன் அமைந்த பகுதியிலும் இல்லை.

அது முற்றிலும் ஒரு வனாந்திரப் பகுதி. சுடுகாட்டுக்குப் போகிற பாதைதான். பாதையை ஒட்டி இரயில்வே குடியிருப்புகள். குடியிருப்புகள் ஓரம் பெரிய மதில் சுவர். மதில் சுவரையொட்டி வரிசையாய்க் குடிசைகள். சாலை தெற்கு பார்த்துச் செல்லும். சாலைக்கு மறுபக்கம் மேற்கே ஏற்கெனவே உள்ள குடிசைகள் ஒன்றோடு ஒன்று இடித்துக் கொண்ட மாதிரி இருக்கும்.

எந்தக் குடிசைகளிலும் கனகவள்ளியின் கால்கள் பதியாமல் இருந்ததில்லை. ஒவ்வொரு சந்துபொந்திலும் வந்தவள்தான் அவள். எந்த நல்லது கெட்டது என்றாலும் அவளுடைய உதவி என்றில்லாவிட்டாலும் அவளது வருகை என்பது முக்கியமாய் இருக்கும்.

வயிற்றுக்கு அன்றாடம் போராடுகிற நிலமையில் இருந்தாலும் சாதி சனத்துக்காக ஒரு ஒற்றுமை வேணும்னு அடிக்கடி கனகவள்ளிதான் சொல்லுவாள். அவள் செய்த காரியங்கள் சில ஊருக்குள் பிடிக்காமலிருந்தாலும் தெரு சனங்களுக்கு அவள் தேவையாய் இருந்தாள்.

ஆம்புள பொம்புள வித்தியாசம் பார்க்காமல் அவளோடு ஒட்டி உறவாடுவது ஒரு தலைவிக்குரிய அந்தஸ்தைத் தானாகவே உருவாக்கியிருந்தது.

சோமுவுக்கு இப்போதுதான் பார்க்கிற சந்தர்ப்பம் கிடைத்தது. அவனுக்கு அவளைப் பார்த்த மாத்திரத்தில் நா எழவில்லை. ஏதோ வாய்க்குள் சிக்கி மாட்டிக் கொண்ட மாதிரி இழுந்தது.

“வாப்பா தம்பி சவுக்கியமா”

கனகவள்ளி பேச்சுக் கொடுத்தாள். அவன் மவுனம் கலைந்தது. நினைவுகள் மீண்டும் மீண்டும் திரும்ப முயற்சித்தது. சைக்கிளை நிறுத்திவிட்டு அருகே சென்றான். கூரைக்கழி குத்திவிடுமோ என்ற அச்சத்துடன் குனிந்து திண்ணை மேல் உட்கார்ந்திருந்த கனகவள்ளி அருகே சென்றான். முகத்தில் மலர்ச்சியில்லை. உள்ளுக்குள் ஏதோ அடித்துப் போட்டபடி சோகம் கப்பியிருந்தது.

செயற்கையாய்ச் சிரிக்க முயற்சித்தான் அது முடியவில்லை. உள்ளுக்குள் அவனுக்கு ஓவென அழ வேண்டும் போலிருந்தது. அவனது செய்கையைப் புரிந்தவளாய் அருகே அழைத்து அவன் கைகளைப் பிரித்துத் தடவியபடி மீண்டும் பேச்சுக் கொடுத்தாள்.

“எல்லாம் நல்லா கீறாங்களா?”

“ம்” என்பது போல் தலையசைத்தான் சோமு.

“கல்யாணம் ஆயிப்போன, புள்ளக் குட்டின்னு கேள்விப்பட்டன், அப்புறம் உன்ன எங்கபாத்தன்”.

“வெளியூர்க்குப் பொழைக்கப் போனம்மா, இப்ப உயிரோட வந்துட்டன், எல்லாம் நல்லா இருக்காங்க”.

“எத்தினி வருசம் ஆவுது, அம்மாவ வந்து பாத்தியா நீ, சொல்லு பாப்பம்”.

அவள் நியாயம் கேட்டாள். பெத்த அம்மாவைப் போல் பாசங்காட்டுகிற அந்த உருவம் இப்படி அலங்கோலமாய்ச் சிதைந்து கிடப்பதைப் பார்க்க அவனுக்குக் கஷ்டமாய் இருந்தது.

திண்ணையிலிருந்து குடிசைக்குள் எட்டிப் பார்த்தான். நாலைந்து தட்டுமுட்டுச் சாமான்கள் மூலைக் கொன்றாய்க் கிடந்தன. நார்க்கட்டிலொன்றின் மேல் தலையணை மூட்டையும் துணிகள் அங்குமிங்குமாகக் கலைந்து கிடந்தன. கூரையின் குறுக்கே கயிற்றில் கொஞ்சம் துணி தொங்கிக் கிடந்தது. திண்ணையின்

தூரம் அடுப்பில் கொஞ்சம் சாம்பல் துகள்கள் உள்ளுக்குள் கிடந்தது.

"என்னப்பா பாக்குற".

"இல்ல, பெரியம்மா எங்கன்னு…"

"அக்காவா…?"

"ம்".

"கடைக்கு போயிருக்கு வந்துடும், அக்காதான் எல்லாம் எனக்கு…"

"நான் கௌம்பறன்ம்மா"

அவனால் அதற்கு மேல் உட்கார்ந்து பேச சங்கடமாய் இருந்தது. உள்ளூர ஒரு துக்கம் அடைத்துக் கொண்டிருந்தது. சோமு எழுந்து திண்ணையை விட்டு இறங்கி நின்றான்.

"காசிருந்தா ஏதாச்சும் குடேன்பா, வெத்திலை பாக்குப் போடுவன்".

அவள் இப்படி வாயை விட்டுக் கேட்டது அவனுக்குள் இடியாய்த் தாக்கியது. கிட்டத்தட்ட பணத்திலேயே புரண்டவள் தான் கனகவள்ளி. இடுப்பைச் சுற்றிப் பணத்தை முடிந்து வைத்திருப்பாள். பாவாடைக்குள் தொங்கும் சிறு துணிபையிலும் ரூபாய் நோட்டுகள் கத்தையாய் இருக்கும். வெளியே வெற்றிலை பாக்குப் பை, டிரங்கு பெட்டியில், கூரை எரவானத்தில், அப்படியே சமயத்தில் ஜாக்கெட்டுக்குள் கைவிட்டு காசு எடுத்துக் கொடுப்பாள். அய்ந்தாறு வருசத்திற்குள் இப்படி நிலைமை மாறிவிட்டதே என்று 'பழய கனகவள்ளியா இவள்' என்பது போல் அவன் சிந்தனை கிளர்ந்தெழுந்தது.

காவல் நிலையத்தை நெருங்கிய போது கனகவள்ளிக்கு கண்கள் சிவக்கத் தொடங்கின. முழு ரிக்சாவை அடைத்த மாதிரி உட்கார்ந்திருந்தவள் சடாரென வீரனைப் போல் எகிறிக் குதித்து நடந்தாள். எதிரே வந்த போலிசிடம் விசாரித்தாள்.

"எங்கய்யா என் ஆளு".

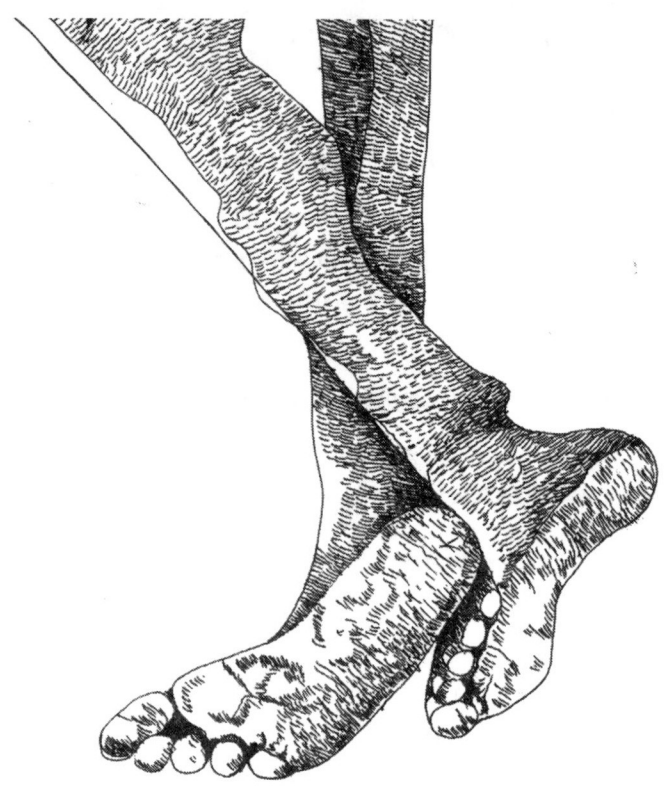

"யாரு சாராயக் கேசா?"

"ஆமான்யா".

"தே... வள்ளி, இங்கெல்லாம் மரியாதயாப் பேசு".

"...தில செத்த மரியாத, போயா இப்டி" அவனைக் கடந்து உள்ளுக்குள் சென்றாள். திடுதிப்பென ரெண்டு போலிசு எதிரே வந்தார்கள். கனகவள்ளியைச் சுற்றி நாலைந்து பேர் கூடவே நின்றிருந்தார்கள்.

"வர்ரானுவ பாரு, ...ய அறுத்து வாயில வெக்கணும்".

கோபத்திலும் கிண்டலடித்தாள். அருகே இருந்தவர்கள் சத்தம் போடாமல் சிரித்தனர்.

தெரு முழுக்க பறை சனங்க சக்கிலி சனங்க இருந்தாலும் நாட்டாமை, பெரிசு என்றிருந்தாலும் அவள்தான் தலைவியாக இருந்தாள்.

காவல் நிலையம், கட்டப் பஞ்சாயத்து, சாராயம் விற்கும் போது ஏற்படுகிற கோஷ்டி சண்டை, கட்சி விவகாரங்கள், மாமுல கொடுப்பது, கோயில் கும்பாபிஷேகம் என்று எல்லாற்றிற்கும் அவள் சொல்படிதான் நடக்கும்.

அவள் சாராயம் விற்கிற இடங்களில் வேலை செய்யும் பையன்கள் ஒரு பத்துப் பேருக்கு இருந்தார்கள். கணவன் நோய்வாய்ப்பட்டு இறந்த பிறகு தானாகத் தெருவில் கனகவள்ளி ஒவ்வொரு காரியத்திலும் தலையெடுக்க ஆரம்பித்தாள். கொஞ்சம் நடைமுறை விசயங்களும் முடிவெடுத்தலில் ஒரு தெளிவும் அவளுக்கு இருந்ததால் எல்லாம் அவள் பேச்சைக் கேட்க ஆரம்பித்தார்கள்.

அப்புறம் சாராயக் கடையைத் திருட்டுத்தனமாக விற்க ஆரம்பித்து, கிட்டத்தட்ட கனகவள்ளி ஒரு பகுதியில் சாராயம் விற்கிற செய்தி ஊருக்குள் எல்லாருக்கும் பரவிவிட்டது.

"எனக்குன்னா புள்ளயா குட்டியா, சாப்டுங்கடா..."

அவளிடம் உதவிகேட்டு வருபவர்களிடம் என்ன எதுக்கு என்று கேட்டு உண்மையறிந்த பிறகுதான் கொடுப்பாள். சொந்தத்தில் நிறைய பேர் அவளால் முன்னுக்கு வந்தவர்கள் இருக்கிறார்கள்.

கிட்டத்தட்ட அவள் தான் அவர்களுக்குத் தலைவியைப் போலிருந்தாள். தேர்தலில் நிற்க வைத்தால் செயித்து விடுகிற செல்வாக்கு இருந்தது. ஆனால் வட்ட தேர்தலில்கூட நிற்க மாட்டாள்.

"நீ வருவேன்னு தெரியும்"

போலிசிற்கு பற்கள் முழுவதும் தெரிந்தது.

"எங்கே, எங்க பையன் ராஜு" அவள் குரல் அதட்டலோடு இருந்தது.

"போ, மொதல்ல அய்யாவப் பாரு".

"அதிருக்கட்டும், எங்க அவென்?"

போலிசு பக்கத்து அறைப் பக்கம் காண்பித்தது. அவள் எட்டிப் பார்த்துவிட்டு போலிசை ஒரு முறைப்பாய்ப் பார்த்துவிட்டு ஆய்வாளர் அறைக்கு வந்தாள்.

"ஏன் சாமி, இது எங்கனா அடுக்குமா".

"இன்னா சொல்ற".

"பையன புடுச்சாந்தியே அதான்".

"ஓ... அவென் உன் ஆளா".

"யாரா இருக்கட்டும், இன்னா கொறவச்சம், ம்..., சொல்லு பாப்பம்..."

"அதெல்லாம் பேசாத, அவன் பேச்சு ச்ரியில்ல".

"அதுக்காக, ஏன் வளவளன்னு பேசிகிட்டு, ஏட்டாய்யாவப் பாத்துட்டுப் போறன், பையன அனுப்பச் சொல்லு..."

அவளது மன தைரியத்தைக் கூட இருந்தவர்கள் ஆச்சரியத்தோடுப் பார்த்தார்கள்.

செங்கான் கிழவன் ஒருமுறை மூச்சிரைக்க வந்து சொன்னான். அவனது பேச்சில் அச்சமும் பீதியும் நிரம்பியிருந்தது.

“எதுக்கும் சாக்கிரதயா இருமா”.

“யேன்...”

“புதுசா இன்சுபெக்டரு வந்திருக்காராம்”.

“வரட்டுமே”.

“சாராய கேசெல்லாம் புடிச்சு போடுறாராம், நம்ம பையனுங்ககிட்ட கொஞ்சம் சொல்லி வை”.

“வரட்டும் பாத்துக்குவம்”.

“எதுக்கும் பத்து நாள் சரக்கு விக்கிறத நிறுத்திடு”.

“அட நீ ஒன்னு, மூட்டப் பூச்சிக்கு பயந்து ஊட்டக் கொளுத்த சொல்ற, லாரி லாரியாகக் கடத்தறவன் கண்ணுக்குத் தெரில, முள்ளு சந்துல ரவோண்டு விக்கிற...”

செங்கான் கிழவன் சொன்னது போல அன்று மாலையே தெருவிற்குள் போலிசு நுழைந்தது. வாகனத்திலிருந்து போலிசு திபுதிபுவெனக் குதித்துத் தெருக்கள் முழுக்க அங்கும் இங்கும் வேகத்தைக் காட்டியது.

“நீதான் கனகவள்ளியா” ஆய்வாளர் கேட்டார்.

“ஆமாம், இன்னா விசயம்ங்க” அவள் அலட்டிக் கொள்ளாமல் கேட்டாள்.

“ஸ்டேசனுக்கு வா சொல்றன்”.

திரும்பி வந்த போலிசு ஒன்றுமில்லாமல் நின்று கொண்டிருந்தார்கள்.

“பச்ச பாட்டலுனு சரக்கு எதுவும் கெடைக்கலியா”.

“இல்ல சார்”.

“சரி... சரி... நீ நட...”

"எங்க வந்தீங்க, யாரக் கூப்புடுறீங்க, எதுக்கு?"

"யேய்..., முட்டிபேத்துக்கும் உன்னதாண்டி நடடீ" ஆய்வாளர் கையை ஓங்கினான்.

"தே பாரு எங்க அம்மா மேல கைய வெச்ச நடக்கிறதே வேற. தெரிமா".

அவள் அருகே கூடியிருந்த தெருச் சனங்களில் ஒருத்தி கேட்டாள். செங்கான், பரமசிவம், காளியண்ணன், விசாலம், கலியம்மாள், சுசீலா... என்று தெரு கூட ஆரம்பித்தது.

"இன்னா, போலிசுகிட்ட வெச்சுக்காத...".

அவன் நாக்கை மடிப்பதும் பற்களை நர நரவெனக் கடிப்பதுமாகச் சீறி எழுந்தான். கண்கள் கோபத்தில் கொப்பளித்தது. அடிக்கடி மீசையை வாகுவாய்த் தடவிக் கொடுத்தான்.

கும்பல் சேர சேரப் பெண்கள் ஆளாளுக்குப் பேச ஆரம்பித்து விட்டார்கள். கொஞ்சம் தள்ளி மாரியம்மன் கோவில் பக்கம் நின்றிருந்த போலிசு வண்டியோரம் நாலைந்து நாய்கள் இடைவிடாமல் குரைத்துக் கொண்டு ஓடும் பாய்ச்சலில் நின்றிருந்தது.

"வாங்கய்யா..., அவள அப்புறம் பாத்துக்குவம்".

தொப்பியைச் சரி செய்தபடி போலிசு கிளம்பியது.

தெரு நாட்டாமைக்காரர் பையன் கணபதி ஒருமுறை மேட்டுத் தெரு பசங்ககிட்ட அடிபட்டு வாயிலியும் மூஞ்சிலியும் ரத்தம் சொட்டச் சொட்ட வந்தப்ப நாட்டாமை ஒன்னும் புரியாமல் கலங்கிப் போயிருந்தார். அடித்து அனுப்பிய இடம் பெரிய ரவுடிக் கும்பல். அவனிடம் போய்க் கேட்க முடியாமல் போலிசிடமும் போய்ச் சொல்ல முடியாமல் இருந்தார்.

விசயத்தைக் கேள்விப்பட்ட கனகவள்ளி பதறிப் போனாள். நாட்டாமை வீட்டைவிட்டுக் கணபதியை வெளியே இழுத்து வந்தாள்.

"வேணாம்மா, உட்டுடு".

"செத்த சும்மா இரு மாமா".

அவளது குரல் காற்று வாக்கில் மேட்டுத் தெரு வரை கேட்கும்படி அதிர்ந்தது. தரதரவென இழுத்து வந்து நிறுத்தினாள்.

"என்னடா இவென் செஞ்சான்".

அவள் கத்தியதும் உள்ளேயிருந்து வந்தான் ஒரு வாலிபப் பையன்.

"தே மரியாதயாப் பேசு. அப்புறம் இன்னா நடக்கும்..."

கனகவள்ளியோடு வந்தவர்களுக்குச் சற்றுக் கலக்கம் ஏற்பட்டது. என்ன நடக்குமோ என அதிர்ந்து போய் நின்றார்கள்.

"என்னடா செய்வீங்க".

"பொம்பளயாச்சேன்னு பாக்குறேன்".

"ஆமாம் கிழிச்சீங்க".

"தே வாய மூடு..., உட்டா பேசிக்கிட்டே போற..."

"தோ பார் சொல்லிட்டன், எதுவாயிருந்தாலும் பேசி தீத்துக்கணும்; உன்ன மாதிரி நாங்க ஒன்னும் பொழைக்கல. கீழ்ச் சாதிக்காரங்கன்னு எளப்பமா நெனைக்காத, வீணா கலவரத்த உண்டாக்காதீங்க. ஆமாம் சொல்லிட்டேன்..."

"அண்ணே, இன்னா இப்டி பேசிட்டுப் போறா அந்தப் பொம்புள சும்மா பாத்துக்கிட்டு".

"யேய் வாங்கடா".

கணபதியின் கையை அன்பாய் அரவணைத்தடி நடந்தாள் கனகவள்ளி.

அவளின் ஆதரவால் தெரு முழுக்க ஏதாவதொரு உதவிகள் கிடைத்திருந்தது. வீட்டுக்கு வீடு சிறு பிள்ளைகள் முதல் கிழவர்கள் வரை அவளின் பெயரைச் சொல்லும்படியாக நோட்டுப் புத்தகம் வாங்க, மருந்துச் செலவு... என்று தொடர்பு இருந்தது. அவளுக்கென்று தெரு முழுக்க தனி மரியாதை

சனங்கள் மத்தியில் இருந்தது. அவளது ஒவ்வொரு சொல்லும் செயலும் அதிரடியாய் புரட்சிகரமாய் இருக்கும்.

தெருவில் அறிவிக்கப்படாத தலைவியாக இருந்தவள் இப்படி ஆகிவிட்டாளே என்று சோமு வருத்தத்தோடு கேட்ட போது தான் அவள் மனம்விட்டுப் பேசிக் கொண்டிருந்தாள்.

"...எல்லாம் கொஞ்ச நாள்தான்பா, அப்புறம் சொந்த பந்தம், சாதி சனம்னு பாத்தன்; நான் செய்யிறது எனக்கு சரியாப்படல; பேசாம எல்லாப் பிரச்சினையிலிருந்தும் ஒதுங்கிட்டேன்; இப்பவும் முடிஞ்சவர்லயும் நம்ம சனத்துக்கு ஏதாவது வொதவி. அட பணமா இல்லாட்டியும் தெரிஞ்சவுங்க மூலியமா ஏதாச்சும் செஞ்சுட்டு..."

சோமு கிளம்பத் தயாரானான். கண்களில் நீர் பனித்தது.

"இருப்பா அக்கா வரட்டும் பாத்துட்டுப் போவ".

அவள் கையில் அய்ம்பது ரூபாயைத் திணித்து விட்டு நான் அப்புறம் பாக்குறன்மா என்று மிதிவண்டியைத் தள்ளி ஏறி மிதித்தான்.

வண்டி கொஞ்சம் கொஞ்சமாய்ச் சிரமப்பட்டு நகரத் தொடங்கியது.

□ புதிய கோடாங்கி, ஏப்ரல் 2004

சாமிக்கண்ணு என்றொரு மனிதன்

அவன் கண்கள் மையம் பூத்த மாதிரி இருள் சூழ்ந்தது. இப்படியும் அப்படியுமாகக் கண்களைக் கசக்கிக் கொண்டு உற்றுப் பார்த்தான்.

"யோவ் சாமிக்கண்ணு..., யாரத் தேடுற?"

புதிதாய் வேலைக்கு வந்திருந்த 'அலுவலக உதவியாளர்' ராமநாதன் கேட்டான். சாமிக்கண்ணு முப்பது ஆண்டுகளாய் வேலை செய்து ஓய்ந்து போன நிலையில் அலுவலகத்தின் ஒவ்வொரு மூலை முடுக்குகளிலிருந்து அதட்டலும் மிரட்டலும் கூடவே ஏளனத் தொனியுமாக இருப்பது சாமிக்கண்ணு மாதிரியான நகராட்சித் துப்புரவுப் பணியாளர்களுக்கும் மலம் வாரும் மனிதர்களுக்கும் சாதாரணமான விசயமாக இருந்தது.

அவனது கேள்விக்குப் பதில்தராமல் கணக்கரின் மேசையைக் கைத்தாங்கலாகப் பிடித்துக் கொண்டு ஒரு காலால் தாங்கியபடி நின்று கொண்டிருந்தான். அலுவலகத்தின் நீண்ட அறையில் பணி செய்யும் அதிகாரிகள் ஒவ்வொருவரின் உருவங்கள் மட்டுமே மொத்தமாகத் தெரிகிறதேயொழிய யாருடைய முகம் எனப் பளீரெனக் கண்களுக்கு அகப்படவில்லை. அதிகாரிகளின் குரலும் சலசலப்பும் குழைந்து அலுவலகம் இயங்கும் சூழலை உணர்த்தியது.

"சாமிக்கண்ணு, நான் கேக்கறது காதுல உழலியா?"

நினைவு திரும்பி வந்தது போல இருந்தது அவனுக்கு. சுதாரித்துக் கொண்டவன் போல நிமிர்ந்தான். உடலெல்லாம் புழுதியில் புரண்டு எழுந்த மாதிரி அழுக்கான தோற்றத்தில் அவன் நின்றிருந்தான்.

“ஆங்... எங்கப் புள்ளயத் தேடுறங்க”

“யாரு அது?”

“அதான் சின்ன தொரா”.

“சின்னதொர சார் உங்கப் புள்ளையா?”

“என் கொழுந்தியாப் புள்ளதான், பாக்கணும்”.

“அப்பிடியா, அதோ கடைசில போய்ப் பாரு”.

சாமிக்கண்ணு தட்டுத் தடுமாறி ஒரு கால் லேசாகப் பின்னுக்கு இழுக்க தத்தித் தத்தி நடந்து வந்தான். கோப்புகளோடு கவிழ்ந்திருந்த சின்னதுரை அவனை நிமிர்ந்து பார்த்தான்.

“வா பெரியப்பா, எங்க வந்த?”

“உன்கிட்டதான் வந்தம்பா”.

அவனைப் பார்த்துச் சில மாதங்கள் கடந்துவிட்டன. சாமிக்கண்ணு நகராட்சியின் ஊர்ப் பகுதியில் வேலை செய்துவிட்டு அப்பிடியே ஊருக்கு வெளியே உள்ள நகராட்சி துப்புரவுப் பணியாளர்களுக்கான வீட்டிற்குப் போய்விடுவான். சின்னதுரை அங்கிருந்து ஊரைவிட்டு வந்து பல வருடங்கள் ஆகிவிட்டன. அவ்வப்போது போய்ப் பார்த்தால் உண்டு அல்லது போகிற வருகிற வழியில் வேலை செய்யுமிடத்தில் பார்த்துப் பேசினால்தான் உண்டு.

குச்சிப்பாளையம் கிராமத்திலிருந்து பிழைக்க ஓடி வந்த சாமிக்கண்ணு பெரியம்மாவைக் காதலித்து மணந்து கொண்டவர். இருவரும் நகராட்சியில் வேலை செய்யும் போதுதான் அவர்களுக்குள் உறவு ஏற்பட்டது. மேஸ்திரி, ஆய்வாளர்கள் இவர்களைப் பார்த்துக் கேலியும் கிண்டலுமாகப் பேசுவார்கள். ‘என்னடா ரெண்டு பேரும் ஒரு தினுசா இருக்கீங்க, போக்கே சரியில்லையே...’ என்பார்கள்.

‘அதெல்லாம் ஒன்னுமில்லீங்க...’ என்று சொல்லிச் சமாளிப்பான் சாமிக்கண்ணு. கொஞ்ச நாளில் அவர்களின் திருமணம் ஒரு கோயிலில் வைத்து முடிந்த போது ‘நான் சொன்னது

சரிதானடா' எனும்போது வேலை வாங்கும் மேஸ்திரிக்கு முன்பு வெட்கத்தோடு பவ்யமாய்ப் பணிந்து நிற்பான்.

பெரியம்மாவை விட சாமிக்கண்ணு ரொம்ப சுறுசுறுப்பு, வேலையில் சுத்தம் இருக்கும். அதிகாரிகள் பார்க்கும் போது இவன் வேலையைப் பார்த்து ரொம்பவும் அவனுக்குப் பாராட்டுக் கிடைக்கும். நகரத் தெருக்களில் சாக்கடை அள்ளும் போது எங்காவது சாக்கடை அடைத்துக் கொண்டால் வைக்கோலைப் பந்தாக சுருட்டி சுரண்டியால் நெஞ்சு நோகக் சேறும் தண்ணீரும் வாய்க்காலுக்கு மேல் வழிய வழிய நெடுக்கத் தள்ளிக் கொண்டு வந்து மொத்தமாக வாரி எடுப்பான்.

வாய்க்கால்களின் அடைப்பைப் பார்த்துப் புழு, பூச்சி, செத்தை, குப்பை என்று வாய்க்கால் மூலைகளில் சுத்தமாக வாரிக்கொட்டி முடிப்பான். அப்பேற்பட்ட வேலைக்காரனாக இருந்தவன்தான் இப்படி ஓடாகிக் காட்சியளிப்பது மனதைப் போட்டு முள்ளால் கீறி ரத்தம் சொட்டுகிற மாதிரி இருந்தது அவனுக்கு.

காலை நான்கு மணிக்கே எப்போதும் எழுந்து விடுவது வழக்கமாக இருந்தது சாமிக்கண்ணுக்கு. தோட்டத்துப் பக்கம் ஒன்றிரண்டு காய்கறிகள் போட்டு வைத்திருப்பான். அவற்றுக்குக் கிணற்றிலிருந்து தண்ணீர் இறைத்துச் செடிகளுக்கு ஊற்றி மண்வெட்டி கொண்டு அணைப்புகட்டி செடிக்குப் பாதுகாப்பாக ஆக்குவான். கத்தரி, வெண்டை, புடலங்காய் என ஆர்வமாய் வளர்ப்பான்.

ஞாயிறு போன்ற விடுமுறை நாட்களில் வேலிகாத்தான் முள்ளை வெட்டி வந்து சுற்றிலும் வேலியாக நட்டு இறுக்கிப் படல் கட்டுவான். அய்ந்து மணி ஆனதும் தெருவில் ஒவ்வொருவராய் எழுப்பக் குரல் கொடுப்பான். சாமிக்கண்ணுவின் குரல் கேட்டு அடுத்தடுத்த வீடுகளில் எழுந்து விடுவார்கள். காலை ஆறு மணிக்கெல்லாம் டவுனுக்கு ரெண்டு மைல் நடந்து வந்து துப்புரவு அலுவலகத்தில் கைரேகை வைக்க வேண்டும். வேலை முடித்து மீண்டும் மாலையில் வீடு திரும்ப வேண்டும்.

சாமிக்கண்ணுவிடம் ஒரு பழைய சைக்கிள் மிகப் பெரிய சொத்தாக இருந்தது. அவற்றை அழகாகத் துடைத்து எண்ணெய் போட்டுப் பார்ப்பதற்கு மினுமினுப்பாக இருக்கும்படி எப்போதும்

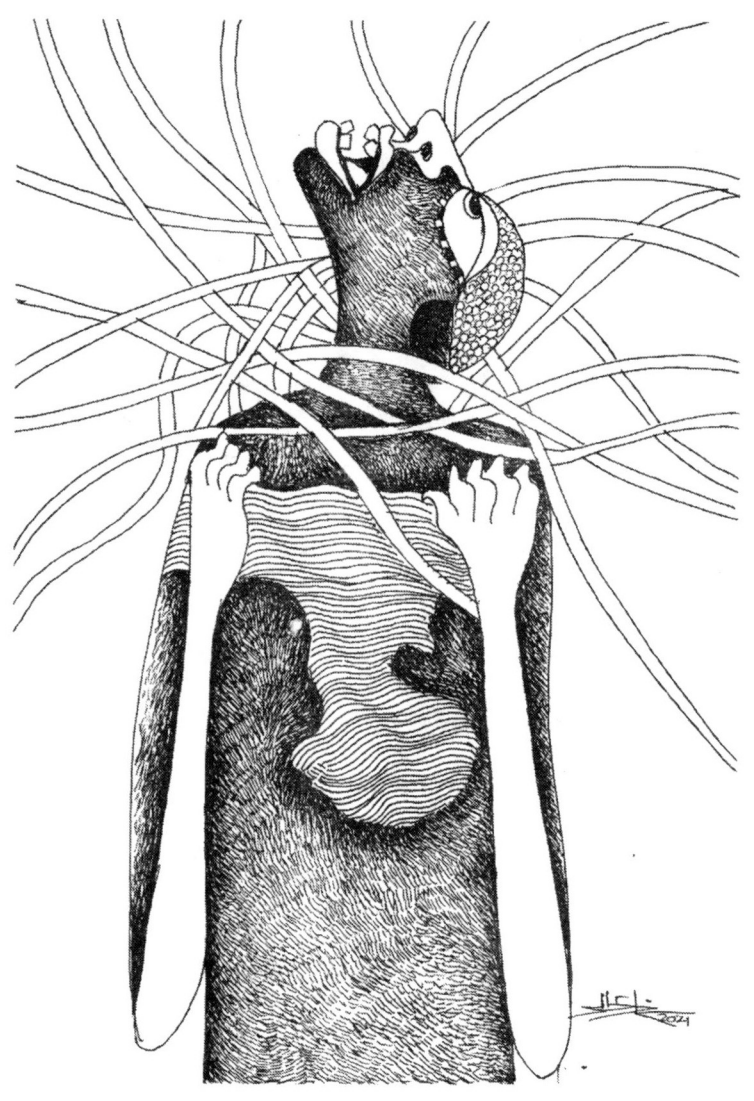

வைத்திருப்பான். அவன்தான் காலையில் மனைவி வீராயியோடு முதலில் வந்து நிற்பான். அதிகாரிகளுக்கு முன்னால் வந்து காத்திருப்பது அவனது நன்மதிப்பை மேலும் கூட்டியிருந்தது.

“சொல்லு பெரியப்பா”

“பாத்து ரொம்ப நாளாச்சு”

“ஆமாம் ஆபிசுல வேல முடியல, வெளிய எங்கயும் அலைய முடியல”.

“பெரியம்மா உன்னக் கேட்டா”.

“நல்லாயிருக்காங்களா”

“அவளுக்கும் வொடம்பு முடியல, எனக்கும் ஒரு கை ஒரு காலு சரியா வர்ல. ஒடம்புல வலுவில்ல”.

பக்கத்தில் வேலை செய்யும் பணியாளர்களின் பார்வை அவன் மேல் இருந்தது. அவன் விசனத்தோடு ஒவ்வொன்றாய்ச் சொல்லச் சொல்ல சின்னதுரைக்கு துக்கம் தொண்டைக் குழிக்குள் அடைத்தது.

‘எப்படி ஓடியாடி வேலை செஞ்ச மனுசன், இப்படி ஒடைஞ்சு போன சட்டிப்பானை மாதிரி நொறுங்கிக் கெடக்குறாரு’ என உள்ளுக்குள் மனங்குமைந்தான்.

“ஆசுபத்திரிக்குப் போவலியா”.

“போனன். எங்க ஒன்னும் கேக்ல. அவ்ளோதான் எல்லாம் முடிஞ்சி போச்சு. இனிமே சுடுகாட்டுக்குப் போவ வேண்டியதுதான்...”

சாமிக்கண்ணுவின் வார்த்தைகள் வேதனைகளால் மனது இடிந்து நொறுங்கிக் கொட்டியது. கண்களில் ஒரு பக்கம் நீர் சலசலவென மேசை மேல் கொட்டியது. வாய்விட்டு அழாத குறைதான். சின்னதுரை உட்கார முடியாமல் வெளியே அவனை அழைத்துக் கொண்டு வெளியே வந்தான். அவனுக்கு யாருமற்ற ஒரு நிசப்தமான பகுதியில் தன்னந்தனியாக நின்று ஓவென்று அழ வேண்டும் போலிருந்தது. சுதாரித்துக் கொண்டு கேட்டான்.

“மாரி இன்னா செய்யிறான் பெரிப்பா”

“அந்தப் பொட்ட மாரிய புள்ளேன்னு சொல்லிக்க வெக்கமா யிருக்குப்பா”.

“ஏன் உன்கூட இல்லியா”.

“அவென் ஒரு பொண்ண இழுத்துட்டு ஓடிட்டான். அவென்தான் அப்படீன்னா மவ ஒரு பையன இழுத்துட்டு ஓடிட்டாள். இன்னா செய்யச் சொல்ற, ம்...”.

“அப்பிடியா”.

“காசு பணம் வேணும்னா எப்பவாச்சும் வருவாங்க. கடன் வாங்கித் தரச் சொல்வாங்க. யாரும் கவனிப்பில்லாம நாங்க இப்ப அநாதைங்களா ஆயிட்டம் தெரிமா”.

சின்ன வயசுல நாலு பேருக்கு புத்திமதி சொல்லவும், பெரிய மனுசன் மாதிரி நியாயத்தை எடுத்துச் சொல்லவும் சாமிக்கண்ணுவால் முடிந்தது. இப்போது யாருடைய ஆதரவையாவது பெற்று இருக்கிற மீதி நாளைத் தள்ள அவர்கள் வாழ்க்கை, போராட்டமாக இருப்பதை உணர்ந்து கொண்டான் சின்னதுரை.

சாமிக்கண்ணுவைப் போன்றே வீராயியும் வேலை செய்யிறதில அஞ்சமாட்டா; அப்பெல்லாம் மலம் வாருகிற வேலைதான். காலை ‘பீ வார்ற பக்கெட்டை’ எடுத்தாள்னா வெய்யிலு ஏர்றதுக்குள்ள தெருவுல இறக்கி வீடு வீடாக நொழைஞ்சி இருக்கிற மலத்தையெல்லாம் வாரியாந்து பக்கெட்டு பக்கெட்டா பீ டிரம்முல கொட்டிடுவா வலது கையில மல வாளியும், இடது கையில் சாம்பல் நிறைந்த தகர முறமும் சொரண்டியுமா பாக்கறவங்களுக்கு அவளை அருவருப்பாகக் காட்டும்.

ஒரு சந்து பொந்து பாக்கியிருந்தாலும் மேஸ்திரி எல்லாரயும் கேக்குற மாதிரி அவளையும் நிற்க வைத்து அசிங்கமாகத் திட்டிவிடப் போகிறான் என்று பயம் உள்ளுக்குள் பரவியிருக்கும். அதிகாரி ஒரு சொல்லு சொல்லிவிடக் கூடாது என்பதில் சாமிக்கண்ணுவைப் போன்று அவளும் எச்சரிக்கையாய் இருப்பாள்.

எல்லாம் பழைய காலமாகிப் போய்விட்டது. இப்போது பழுத்த இலைகளைப் போல உதிர்ந்து சருகாகிப் போய் விழுகிற மாதிரி சாமிக்கண்ணு இருந்தான். அவனுக்குக் கை கால் துவண்டு இனி வேலை செய்ய முடியாதென்று மருத்துவச் சோதனைக்கு அனுப்பி ஓய்வுக் கடிதம் கொடுத்து வீட்டிற்கு அனுப்பி வருடம் ஒன்றாகிவிட்டது.

வீராயிக்கும் கண்பார்வை மங்கலாகத் தெரிய தெருக்களில் குப்பையும் சேறும் சரியாக வார முடிவதில்லை எனப் புகார்கள் நிறைய வந்து அவளும் இந்த ஆண்டு மருத்துவச் சோதனையில் பணியிலிருந்து நீக்கப்பட்டு ஓய்வுக்கு அனுப்பப்பட்டாள்.

"பணமெல்லாம் கெடைச்சுடுச்சா"

"அதான்பா இன்னும் முடியல, கடன் குடுத்தவங்க தொல்லை தாங்க முடியலப்பா".

"ஒன்னுமே வாங்குலியா".

"அரியரு பென்சனு எதுவும் கெடைக்கல".

இரண்டு பேர் உழைத்து முடித்தும் கையில் ஒன்றும் மிஞ்சாமல் கடன் கொடுத்த அஞ்சலை மறுபக்கம் பணத்திற்காகச் சுருக்கு போட்டு இழுத்துக் கொண்டு இருந்தாள்.

"பேசாம நாங்க ரெண்டு பேரும் வெசம் குடிச்சு செத்துப் போவலாம்பா".

"அப்படியெல்லாம் சொல்லாத பெரிப்பா".

"பின்ன, நாங்க வாழ்ந்து இன்னாப் பிரயோஜனம். வொழைச்ச எடத்தல இல்ல மரியாத, பெத்ததுங்களும் வுட்டுட்டுப் பூடுச்சி. கடன் தொல்லையால, நோய் நொடின்னு எம்மா நாளு..."

"நான் அதிகாரிகிட்ட சொல்லி ஒரு வாரத்தில் ஒவ்வொன்னா ஏற்பாடு செய்யிறேன்...".

சின்னதுரையின் வார்த்தைகளில் அவனுக்கு நம்பிக்கை அதிகரிக்கத் தொடங்கியது. சுருங்கி வதங்கி போயிருந்த அவன் முகத்தில்

லேசான புன்சிரிப்பின் சாடை தெரிந்தது. ‘இந்தா சோறு ஆக்கிச் சாப்புடுங்க’ என்று நூறு ரூபாயை அவன் கையில் திணித்தான்.

கைகள் வெடவெடவென நடுங்கியது. அம்மா வேலையிலிருந்து வரத் தாமதமானால் பக்கத்து வீட்டுப் பெரியப்பாவின் வீட்டில்தான் இருப்பான் சின்னதுரை. சாமிக்கண்ணு கையால் பிசைந்த உருண்டைச் சோற்றின் மணம் இன்னும் நெஞ்சு முழுக்க நிறைந்திருந்தது. பள்ளிக்குப் போய்த் திரும்பியதும் புழுதியோடுள்ள கால்களைப் பார்த்துக் கிணற்றுப் பக்கம் அழைத்துப் போய்த் தண்ணீர் இழுத்து அழுக்கைத் தேய்த்துக் குளிக்க வைத்த கைகள்தான் இரத்த ஓட்டமின்றி நரம்புகள் தெரிய ஆட்டங்கண்டிருந்தன.

அவனால் நம்ப முடியாதபடிக்குச் சாமிக்கண்ணு வாழ்க்கையில் பிடிப்பற்று போய் உடல் ரீதியாகவும் மனரீதியாகவும் தளர்ந்து போயிருந்தான். அவன் குழந்தைப் பிள்ளைகள் போல் தவழ்ந்து தவழ்ந்து அடியெடுத்து வைப்பதைப் பார்க்க இந்த நிர்வாகத்தோடும் இருக்கிற சமூக அமைப்பின் மேலும் கோபம் எழத் தொடங்கியது. எந்தவித சலனமில்லாமல் அலுவலகம் யந்திரமாய்க் கிடப்பதாய் சின்னதுரை உணர்ந்தான்.

அலுவலகத்தினுள் நுழைந்து ஒரு பத்து நிமிடந்தான் ஆகியிருக்கும். சின்னதுரைக்குப் பிறகு பணியாளர்கள் ஒவ்வொருவராய் உள்ளே நுழைந்து கொண்டிருந்தார்கள். ஒருவருக்கொருவர் கைக்கூப்பிக் கும்பிட்டும் லேசான புன்சிரிப்போடும் தங்கள் வணங்கங்களைப் பரிமாறிக் கொண்டிருந்தார்கள்.

அஞ்சலைக் கிழவிதான் முதன் முதலில் கண்களை உருட்டியபடி அவனைத் தேடி வருவது மாதிரித் தெரிந்தது. சின்னதுரைக்கு அவளைப் பார்க்கப் பிடிக்காமல் போயிருந்தது. அவள் சேரியில் சாராயம் விற்றுக் கொண்டிருப்பவள். அத்தோடு இருந்தால் பரவாயில்லை. சாராயமும் குடிக்க வைத்து, கடனும் கொடுத்தனுப்பி நகராட்சியில் துப்புரவு வேலை செய்யும் பல குடும்பங்களை நடுத் தெருவில் நிறுத்தியவள். அதில் மாட்டிக் கொண்டவர்களில் ஒரு குடும்பம்தான் சாமிக்கண்ணுவினுடையது என்று எப்போதுமே அவளிடம் அவன் பேச முற்படுவதில்லை.

அருகே வருவது போல்தான் இருந்தது. வந்தே விட்டாள். முட்டியளவிற்குப் புடவையைத் தூக்கி இடுப்பில் கத்தையாய் இழுத்துச் சொருகியிருந்தாள். வாயில் வெற்றிலைப் பாக்கு குதப்பியடி தலையைச் சொறிந்து கொண்டு முன்னே நின்று கொண்டிருந்தாள். அவன் நிமிர்ந்ததும் அவள் முகம் துக்கத்தில் உம்மென்றிருந்தது.

“செத்த வெளியே வர்றியாப்பா”.

ஏன் அவள் தன்னை வெளியே கூப்பிட வேண்டும், சாமிக்கண்ணு கடன் வாங்கிய பிரச்சினையா அல்லது வேறு ஏதேனும் சிக்கலாய் இருக்குமோ எனச் சின்னதுரை யூகிக்க முடியாமல் போட்டுக் குழப்பிக் கொண்டு அலுவலகத்தின் வெளியே வந்தான். அவளும் அருகே வந்து நின்றாள்.

“உம் பெரியப்பன் நம்பளவுட்டுட்டுப் போயிட்டான்ப்பா”.

அவள் சொல்லிவிட்டுப் புடைவைத் தலைப்பால் கண்களைத் துடைப்பதற்குள் சின்னதுரைக்கு அழுகை பீறிட்டுக் கிளம்பியது. கைக்குட்டை எடுத்து அழுத வாயில் திணித்துக் கொண்டு கட்டுப்படுத்த முயற்சி செய்தவனுக்குக் கண்களில் மடைதிறந்து விட்டமாதிரி கண்ணீர் சிதறியது. அழுகையின் காரணத்தை மற்றவர்கள் கேட்டுவிடப் போகிறார்கள் என மற்றவர்களைச் சுற்றிலும் திரும்பத் திரும்பப் பார்த்தான்.

அஞ்சலை சொல்லிவிட்டுப் போன பிறகு வேலை செய்யாதபடிக்கு நெடுநேரம் யோசித்தபடி அவன் இருக்கையில் அமைதியாக இருந்தான். சாமிக்கண்ணு வாழ்ந்த வாழ்க்கை சின்ன வயது முதல் நெஞ்சில் அலைமோதிக் கொண்டிருந்தது. கடைசி வரை உழைத்து உழைத்து ஒன்றுமே மிஞ்சாமல் போன பரிதாபம் தெருவில் எல்லோரையும் போல் அவனுக்குமிருந்தது.

மேளம் அடிக்கிற சத்தம் நெருங்க நெருங்க அதிகமாகிக் கொண்டிருந்தது. கண்ணுக்கு எட்டிய தூரம் பிணத்தைச் சுற்றி ஒன்றிரண்டு பேர்தான் இருந்தார்கள். அஞ்சலை வழியிலேயே உட்கார்ந்திருந்தவள் கூடவே சின்னதுரையோடு நடக்க ஆரம்பித்தாள்.

ஒரு உடைந்த பழைய பெஞ்சின் மேல் சாமிக்கண்ணுவைக் கிடத்தி மேலே ரெண்டு மாலைகள் போட்டு அருகே வீராயி பெரியம்மாவும் மருமகளும் அழுது கொண்டிருந்தார்கள். மகனுக்கும் மகளுக்கும் அஞ்சலை தகவல் அனுப்பி அவர்களும் வந்திருந்தார்கள்.

வேலை செய்த சக பணியாளர்கள் இரண்டு மைல் நடந்து வர வேண்டும் என்று வருகையை நிறுத்திக் கொண்டார்கள். நகராட்சி கோட்ரஸ் வீடுகளில் முன்பு போல் ஆளில்லை. நகராட்சி சீர்செய்யாமல் இடிந்து கட்டடங்கள் காரை பெயர்ந்து கிடந்தது. ஒவ்வொரு ஓட்டு வீடுகளிலும் ஓடுகள் விழுந்து நொறுங்கிக் கிடந்தன. நிறைய பணியாளர்கள் நகரத்தின் வேறு பகுதிகளில் குடிபெயர்ந்தாலும் சாமிக்கண்ணு நகராமல் காற்றுக்கும் மழைக்கும் அதிலேயே கிடந்தான். நாலைந்து குடும்பங்கள் தவிர மீதி இடங்கள் ஆளரவமற்ற பகுதியாகக் காட்சியளித்தன.

இடிந்து போன வீடுகளில் கூட ஆட்கள் பிழைப்பதற்காய்ப் போனவர்கள் வந்து சேரவில்லை. அஞ்சலை ஏற்பாடு செய்திருந்த மேளக்காரர்கள் சென்னகுணத்திலிருந்து வந்திருந்தார்கள். அவர்கள் அடிக்கிற அடிக்கு ஆடக்கூட ஆளில்லாமல் சாவு வெறிச்சோடிக் கிடந்தது. மேலே ஈ மொய்த்துக் கொண்டிருந்தது. குச்சிப்பாளையத்திலிருந்து வந்த சாமிக்கண்ணுவுக்கு சாதி சனமுன்னு சொல்லி அனுப்பியும் யாரும் சாவுக்கு வரவில்லை.

“போயும் போயும் சக்கிலிச்சிய கட்டிக்கிட்டுப் போனவனாச்சே...” என்று உறவே அப்போதிலிருந்து அறுந்து போன மாதிரி பேசித் திருப்பி அனுப்பியதாக அஞ்சலை விவரமாய் எடுத்துச் சொன்னாள்.

எத்தனையோ நல்லது கெட்டதுகளிலெல்லாம் சாமிக்கண்ணுவின் பங்கு என்பது கணிசமாகவே இருந்திருக்கிறது. யார் வீட்டு விசேசமானாலும் வெளுத்த சட்டையை மிடுக்காகப் போட்டுப் போய் முடிகிறவரைக்கும் இருந்துவிட்டுத்தான் வருவான். பல காரியங்களில் முந்திய நாளே போய் இருந்து உதவிகள் பல செய்துவிட்டுத்தான் திரும்புகிற பழக்கம் அவனுக்கு இருந்தது. தன்னோடு பணியாற்றும் சகபணியாள நண்பர்களுக்கு விடுமுறை போட்டு விட்டுக்கூட வேலை செய்திருக்கிறான்.

வீராயி இவற்றையெல்லாம் சொல்லிச் சொல்லிப் புலம்ப ஆரம்பித்தாள். அவள் வைத்த ஒப்பாரியைக் கேட்கக்கூட ஆளில்லாமல் தனக்குத்தானே பாடிக் கொண்டாள்.

மேளம் குலுங்கிக் குலுங்கி உச்சக்கட்டத்தில் ஆக்ரோசமாய் அழ ஆரம்பித்தது.

"தம்பி எடுத்துடலாமா?"

விசனத்தோடிருந்தது அஞ்சலையின் கேள்வி. அருகே கைப் பாடையொன்று புதிய மூங்கில் தடியால் தயாராகியிருந்தது. ஏகாம்பரம் கடைசியாக சாமிக்கண்ணுவைப் பார்க்க ஓடி வந்து சேர்ந்தான்.

"இன்னாப்ப இது அக்கிரமம்"

ஆளரவமற்ற பிண வீட்டைப் பார்த்துச் சாமிக்கண்ணு வோடு வேலை செய்த ஏகாம்பரமும் தன் பங்குக்குக் கடிந்து கொண்டான்.

"மனுசனுக்குச் சாவு எப்பேறப்பட்டது, வாழ்வா முக்கியம், ம்".

ஏகாம்பரம் அஞ்சலையைப் பார்த்துக் கேட்டான். அவள்தான் வாழ்நாளில் எவ்வளவோ பணம் கொடுத்து நிறைய வாங்கியிருக்கிறாள். கடைசியாகச் சாவிற்கு அவள்தான் எல்லாச் செலவுகளையும் முன்னின்று செய்து கொண்டிருந்தாள்.

"இனிமே யார் வரப்போறாங்க, தூக்கலாம்".

சின்னதுரை சொன்னதும் பாடை அருகே வந்து நின்றது. சேரியிலிருந்து பிணத்தைத் தூக்க ரெண்டு பேரைக் கூலிக்கு அமர்த்தியிருந்தாள் அஞ்சலை.

எந்தவித சாஸ்திர சம்பிரதாயமும் இல்லாமல் ஒரு செம்பு தண்ணீரை மேலே தெளித்து மஞ்சள் குங்குமத்தை மேலே தூவி வீராயியும் மருமகளும் பேரப்பிள்ளைகளுமாக மூன்று முறை சுற்றி வரச் செய்துவிட்டுப் பிணத்தைத் தூக்கிப் பாடையில் வைத்தனர்.

"இனிமே ஆரிருக்கா நானும் வர்றேன் என் சாமி..."

சின்னதுரை ஒரு பக்கம் பிடிக்க பிணத்தை ஆளுக்கொருத்தராகப் பிடித்து மேலே தூக்க வீராயியின் அலறல் விண்ணைப் பிளக்கும்படி இருந்தது. ஊரெல்லாம் யார் யாருக்கெல்லாமோ உழைத்துச் சலித்துக் களைத்து உயிர் துறந்து போன சாமிக்கண்ணு என்னும் மனிதனின் பின்னால் அய்ந்தாறு பேர் போய்க் கொண்டிருந்தார்கள். சுடுகாட்டுப் பாதையின் பாதி தூரம் வரை வீராயி வாயிலும் வயிற்றிலுமாக அடித்துக் கொண்டு ஓடி வந்து விழுந்தாள்.

☐ புதிய கோடாங்கி, அக்டோபர் 2005

ஆசை

சூரியன் சாய்ந்து வானம் அரசல் புரசலாக வெளிறிக் கிடந்தது. பொழுது ஓய்ந்து முடிந்தது. தெருவில் மின் கம்பங்கள் மூன்றும் அசையாமல் நின்றிருந்தது. நடுக்கம்பத்தில் விளக்கு பளிச் பளிச்சென்று மின்னிக் கொண்டிருந்தது. மற்ற இரண்டு கம்பங்களில் நமக்கேன் வம்பு என்று விளக்குகள் எரியவே இல்லை.

சுப்பிரமணி வீடுதாண்டி தான் முனுசாமி வீடு இருந்தது. முனுசாமிக்கு அடுத்து சுந்தர்ராஜு, காமாட்சி, பலராமன் வீடு என்று சிறுசிறு குடிசையாக ஒட்டிக் கிடந்தது. முனுசாமி வீட்டு வாசலில் மினுக்கும் அந்த மின்கம்பத்தின் அருகில் விளையாடிக் கொண்டிருந்தனர் குழந்தைகள்.

அம்மாவையும் காணவில்லை. அப்பாவும் இன்னும் வரவில்லை. ஊருக்குள் வாங்கி வந்த அழுக்குத் துணிகள் மூட்டையாகத் திண்ணை மேல் கிடந்தன. கட்டம் போட்ட போர்வைக்குள் அழுக்குத் துணிகள் இறுகிக் கிடந்தன. முடிச்சுக்கிடையில் ஒன்றிரண்டு துணிகள் நீட்டிக் கொண்டிருந்தன.

மற்றொன்றில் துவைத்த துணிகள் தேய்ப்பதற்காக மூட்டை கட்டி மூலையில் கிடந்தன. காலையில் எழுந்ததும் அப்பா சித்தேரிக்கு அழுக்கு மூட்டைகளுடன் கிளம்பி விடுவார். அம்மாவும் பின்னாடியே தூக்குவாளியில் நீராகாரத்தை எடுத்துக் கொண்டு கிளம்பிவிடுவாள்.

இரவுக் கஞ்சியைக் காலையில் குடித்தது போக, நீராகாரம் மட்டும் அம்மா, அப்பாவிற்குப் போகும். அருகிலுள்ள சித்தேரியில்தான் துணி துவைப்பார்கள். சித்தேரி காய்ந்தால் கடும் வெயிலில் கால்கடுக்க நடப்பார்கள். சாலாமேடு ஏரி

பெரிய ஏரி. அப்பாவிற்குப் பின்னால் அம்மாவும் பெரியவள் புவனாவும் ஆளுக்கொரு மூட்டையாகச் சுமந்து செல்வார்கள்.

துணி மூட்டையின் கனம் பின்னால் இழுக்க, கூன் விழுந்த அப்பா வளைந்து தாங்கியபடி முன்னே செல்வார். கண்கள் நிமிர்ந்து பார்க்க முடியாதபடி மன பாதையை வெறித்துச் செல்லும், மேல் சட்டையில்லாமல் வெயில் சுரீரென மேனியில் பட்டுத் தெறிக்கும். முடி எண்ணெயின்றிக் காய்ந்து காற்றில் பறக்கும். அம்மா சும்மாவாக முடியை இழுத்துக் கொண்டையாகச் சுருட்டிக் கொள்வாள்.

சாலாமேடு ஏரியும் வற்றிவிட்டால் அப்புறம் ரெட்டியார் வீட்டு மோட்டார் கொட்டாயில்தான் துணி துவைப்பார்கள். சலசலவென நீர் ஓடும் அந்த வாய்க்கால் பாதையில் இடையே வழிமறித்து வரப்பிற்கு மேல் ஒரு பாறாங்கல்லைப் போட்டு வைத்திருந்தார்கள். அம்மாவும் அப்பாவும் மாறிமாறி அடித்துத் துவைத்துப் போடுவார்கள்.

காய வைப்பதும் காய்ந்தபின் மடித்து வைப்பதும்தான் புவனாவிற்கு வேலை. எந்தத் துணியை எப்படி மடித்து வைக்க வேண்டும் என்பது அப்பா புவனாவிற்குச் சிறு வயது முதற் கொண்டே சொல்லி வைத்திருந்தார்.

'பொட்டச்சி என்ன செய்யப் போறா? பேசாம புள்ளைங்களப் பாத்துக்கிட்டு ஒத்தாசையா இருக்கட்டும்' என்று பள்ளிக்கு அனுப்பாமல் விட்டு விட்டார். ரவி ஒன்னாவது. சுந்தரம் நாலாவது. அவளுக்கும் மற்ற பிள்ளைகளைப் பார்க்கும் போது பொறாமையாக இருக்கும். ஊர் தெருவில் இன்ஜினியரு வூட்டுப் பசங்களும் தாசில்தாரு பசங்களும் என்னமாய் பூட்சு போட்டு நடக்கிறார்கள். பார்த்துப் பார்த்துப் பூரித்துப் போவாள். நமக்கு எட்டாத கனவென்று உடனே தன் கடமைகளைச் செய்ய ஆரம்பித்து விடுவாள்.

பொதி சுமக்கக் கழுதையை வைத்து நாள் ஆக ஆக முனுசாமிக்கு அதை வைத்துச் சமாளிக்க முடியவில்லை. படுகிற கஷ்டம் போதாதென்று இது வேறா என்று வந்த விலைக்கு விற்றுவிட்டார். கழுதை போனதிலிருந்து காலம் பூராவும் பொதி சுமக்கும்

யந்திரமாக அம்மாவும் புவனாவும் மாறினார்கள். அப்பா போகும் வழியெல்லாம் பின்னாலேயே செல்வார்கள்.

துவைத்துக் காய வைத்து வந்த துணிகளை அப்பா ஒவ்வொன்றாக எடுத்து லேசாக நீர் தெளித்துத் தேய்க்க ஆயத்தப்படுத்துவார். சலவைப் பெட்டியில் கரியைக் கொட்டி அடியில் மண்ணெண்ணெய்த் துணியை வைத்துப் பற்ற வைப்பாள் புவனா. விசிறி மட்டை அல்லது தடித்த அட்டையால் விசிறி, கரித்துண்டுகள் நெருப்பாகிச் சூடேறும் வரை விசிறுவாள் புவனா. இடையிடையே அடிப்பாகத்தைத் தொட்டுத் தொட்டுப் பார்ப்பாள். சமயத்தில் சூடு அதிகமாகி விரல்கள் சிவந்து பழுக்கும். சின்ன விரல்களை வாயில் வைத்துச் சப்புவாள்.

கரி எரிந்து முடிந்து சூடு அடங்குவதற்குள் வேர்க்க விறுவிறுக்க தேய்த்து முடிப்பார் அப்பா. இயந்திர கதியாகத் தேய்ப்பதும் மடிப்பதும், மடித்ததை எடுத்து அடுக்குவதுமாக நடக்கும். அம்மா கற்பகம் ஒவ்வொரு வீட்டிலிருந்தும் வாங்கி வந்த துணிகளை ஞாபகப்படுத்தி வரிசை வரிசையாக அடுக்கி முடிப்பாள். பொழுது சாய்வதற்குள் வீடுவீடாகக் கொடுத்து விட்டுக் காசு வாங்கிக் கொண்டு அரிசியும் காய்கறியும் வாங்கி வருவாள்.

நேரம் ஆக ஆக ரவிக்கும் சுந்தரத்திற்கும் பசி அதிகமானது. அம்மாவும் அப்பாவும் போனவர்கள் இன்னும் திரும்பவில்லை. பொழுது சாய்வதற்குள் வருபவர்கள் அன்றைக்கு ஏனோ இன்னும் காணவில்லை. வரும் பாதையை ஏக்கத்தோடு மாறி மாறிப் பார்த்துக் கொண்டிருந்தான் சின்னவன் ரவி.

"ஏன்க்கா இன்னும் அம்மாவக் காணோமே" சுந்தரம் கேட்டான்.

"வந்திருவாங்கடா"

புவனா சொல்லி முடிப்பதற்குள் ரவி கையைப் பிடித்து உலுக்கிக் கேட்டான்.

"அம்மா வருவாங்களா மாட்டாங்களா?"

"அடச்சீ, வருவாங்கன்னு சொல்றேன்ல".

அவள் கையை உதறி எரிச்சலோடு பேசினாள். எல்லோருக்கும் பசி உச்சக் கட்டத்தை எட்டியது. சமயத்தில் கேழ்வரகு கூழ் அல்லது கம்பங் கூழ் இருந்தால் பகலில் குடிப்பார்கள். அன்று எதுவும் இல்லாமல் போனது.

தெருவில் அங்கொன்றும் இங்கொன்றுமாய் வீடுகளில் அடுப்பு புகைய ஆரம்பித்து விட்டது. காமாட்சி வீட்டுப் பிள்ளைகள் மாம்பழத்தை அச்சங்காட்டிக் கொண்டு சப்பிக் கொண்டிருந்தார்கள். ரவியின் முகம் ஈயாடாமல் அம்மாவின் பச்சைப் புடவை தூரத்தில் வருவதை லேசாகக் காட்டிக் கொடுத்தது.

"ஏய் அம்மா வந்துட்டாங்க".

சின்னவன் கத்திக் கொண்டு ஓட, புவனாவும் சுந்தரமும் பின்னாலேயே சென்றார்கள். கற்பகம் வீட்டை நெருங்கியதும் அடுப்பங்கரையை ஒரு பார்வை பார்த்தாள். முள்ளுத் தோப்பிலிருந்து காய்ந்த முள்ளுக் குச்சிகளைப் பற்ற வைப்பதற்குச் சொல்லி வைத்தாற்போல் புவனா ஒடித்து வைத்திருப்பதை நினைத்து மனதிற்குள் பெருமைப்பட்டாள்.

"ஏன் டி வெளக்குல மண்ணெண்ண கீதா..."

"இருக்குதம்மா".

"பின்னே பொழுது போயி இருட்டாயிடுச்சே. கொளுத்தக் கூடாதா".

அவள் மாடத்திலிருந்து தீப்பெட்டியை எடுத்து விளக்கைப் பற்ற வைத்தாள். அந்த ஒற்றை அறை வெளிச்சமானது.

கற்பகம் கையிலிருந்த பிளாஸ்டிக் பையைக் கீழே வைத்து விட்டு முதலில் மடியைப் பிரித்து அரிசியை முறத்தில் கொட்டினாள். ஓரமாய் இருந்த வெங்காயம், தக்காளி, புளி, மிளகாய்த்தூள் எல்லாவற்றையும் எடுத்து வெளியே வைத்தாள். பிளாஸ்டிக் பையைப் பிரித்துப் பார்த்து முகத்தைச் சுளித்தான் ரவி.

"இன்னாமாது நாத்தம் அடிக்கிது!"

"டேய்... அது மீனுடா".

"மீனா...?"

புவனாவிற்கும் சுந்தரத்திற்கும் முகம் சந்தோஷத்தில் மலர்ந்தது. ரவி உற்சாகத்தில் ஆழ்ந்தான். சட்டியை எடுத்து வந்து மீனைக் கிடுகிடுவென அதில் கொட்டினான்.

"ஏன்ம்மா?"

"ம்".

"இன்னிக்கு மீன் கொழம்பா?"

"ஆமாம். பாத்தா தெரீல?"

ரவி கேட்டு உறுதிப்படுத்திக் கொண்டான். அவனுக்கு மனது கும்மாளமாகச் சிறகடித்துப் பறந்தது.

பள்ளி விடுமுறையில் புதுச்சேரி மாமா வீட்டுக்குப் போனா வாராவாரம் மீன் குழம்புதான். சங்கரா, கெழங்கான், வெளவால், சுறா, கொடுவா, ராமபாரை, காணாங்கெளுத்தி, நெத்திலி, சென்னாவரை, மெதகண்ட கவளை... இப்படி கொழம்பு காரசாரமாக இருக்கும். முள்ளு குத்தினாலும் பொறுத்துக் கொண்டு வேக வேகமாகச் சாப்பிடுவான் ரவி. புவனாவிற்கும் அப்படித்தான். மீன் குழம்பு என்றால் கடைசியாய்ச் சட்டியை அவளிடம் விட்டுவிட வேண்டும். ஒரு பெரட்டு பெரட்டி உருட்டிச் சாப்பிடுவாள். கையில் ஒரு பருக்கை விடாமல் வழித்து நக்குவாள். வறுத்த மீன் என்றால் எல்லோருக்கும் கொள்ளை ஆசை. மாமா வீட்டில் வடை மாதிரி பெரிசு பெரிசாக இருக்கும். இன்னொன்று கிடைக்காதா எனச் சாப்பிடச் சாப்பிட மனசு ஏங்கும்.

மறுநாள் மீந்த மீன் குழம்பிற்கு இன்னும் மவுசு அதிகம். பழைய சோற்றில் பிசைந்து சாப்பிட ஒருவித மயக்கம் வந்து திம்மென்றிருக்கும். சமயத்தில் அசந்து தூக்கம் வரும்.

"இது இன்னா மீனுமா?"

"கவள மீனு."

"கவலையா...?"

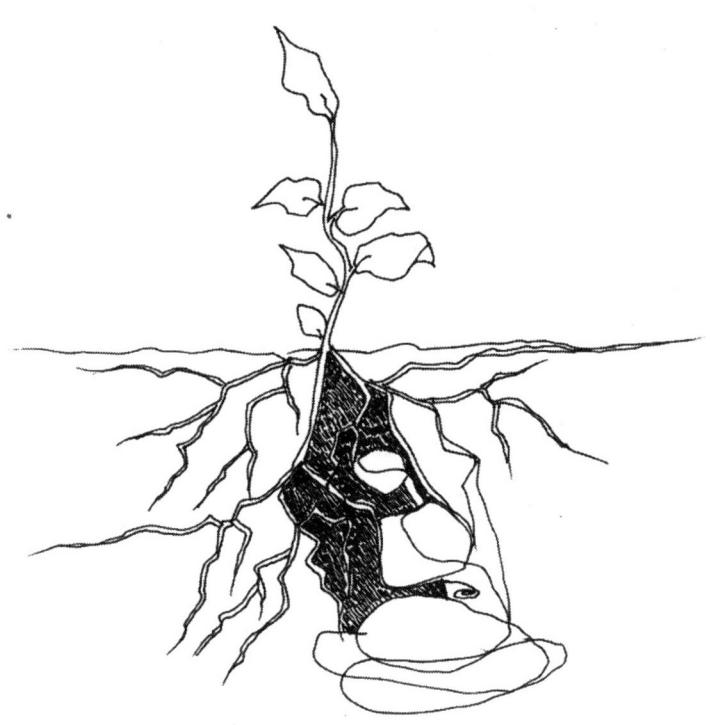

“ம்”

அவள் சொன்னதும் சுந்தரம் உட்பட எல்லோரும் பசியை மறந்து சிரித்தார்கள்.

“நமக்குக்குதான் ஆயிரத்தெட்டு கவல; மீனுக்குக் கூடவா கவலன்னு சிரிக்குறானுங்கமா...”

புவனா விளக்கிச் சொன்னாள். வெள்ளையாய் முதுகின் மேல் பக்கத்தில் கரும்பச்சையாய் அடர்ந்திருந்தது. எல்லாம் விரல் மொத்தத்தில் சின்னச் சின்னதாய் இருந்தது. புவனா அரிவாள்மனையை எடுத்து மீனை சுத்தம் செய்ய உட்கார்ந்தாள்.

“ஏய்..., நீ போய் ஒலவெச்சி சோறாக்கு; நான் மீன ஆய்ஞ்சி கொழம்பு வெக்கிறேன்.”

கற்பகம் சொன்னதும் அவள் வெறித்துப் பார்த்தாள்.

“ஏன்ம்மா?”

“சுத்தமா ஆயணும்; இல்லாட்டி இது கவுச்சி அடிக்கும்”.

அவள் எழுந்து கொண்டாள்.

“ஏன்ம்மா?”

“இதோட பெரிய மீனு இருக்கா?”

“இருக்கு”.

“வொலகம் பெரிசு”.

ரவி இரண்டு கைகளையும் விரித்துக் கேட்டான்.

“ம் இருக்கு.”

“அத வாங்கறதான”.

“காசில்லடா”.

அவள் புன்னகைத்தாள்.

கற்பகம் சொல்லிக் கொண்டே கால் இடுக்கில் அரிவாள்மனையை வைத்துக் கொண்டாள். தலையையும் வாலையும் பிடித்து அரிவாள்மனையின் கூரிய விளிம்பில் லேசாக வைத்து இடது பக்கமும் வலது பக்கமும் மாறி மாறி இழுத்தாள். செதில்கள் சிறுசிறு வட்டக் குவியலாக ஓடிப்போய் விழுந்தது. ஒவ்வொன்றாய்ச் செய்து முடிப்பதற்குள் கை பிசுபிசுக்க ஆரம்பித்தது. குடைச்சல் எடுத்தது.

தலையை மீனின் கண்ணிற்குக் கீழே பாதியளவு வெட்டி உள்ளிருந்து விசிறி போன்ற செவுளைப் பிடித்து இழுத்தாள். அது உள்ளிருந்து குடலையும் சேர்த்து இழுத்து வந்தது. ரவியும் சுந்தரமும் ஆர்வமாய் நெருங்கி உற்றுப் பார்த்தார்கள். புவனாகூட அடுப்பைப் பற்ற வைத்துக் கொண்டு ஒரு பார்வை பார்த்தபடி இருந்தாள்.

"உனுக்கு எத்தினி மீனு அம்மா குடுப்பாங்க" ரவி கேட்டான்.

"மூனு" சுந்தரம் மூன்று விரல்களைக் காட்டினான்.

"உனுக்கு..."

"எனக்கா... எனக்கு அஞ்சி" சின்னவன் சொல்லிவிட்டுக் குபீரெனச் சிரித்தான்.

"மேல பட்டா கவுச்சி அடிக்கும். செத்த எடயப் போங்களான்டா..."

கற்பகம் கத்தியதும் இருவரும் எட்டி நின்று உட்கார்ந்தனர். அம்மா அடிக்கடி மீன் குழம்பு சமைப்பது கிடையாது. சமைக்கவும் முடியாது. சாம்பாரும் ரசமும் தான் மாறி மாறி இருக்கும்.

ஒருமுறை ஊருக்குப் போய் திரும்பும் போது அப்பா - அம்மா எங்கள் எல்லோருக்கும் ஏகப்பட்ட பசி. அம்மா - அப்பாவிடம் காதைக் கடித்தாள். அவர் இடுப்பிலிருந்து ரூபாயை நிமிட்டி எண்ணிப் பார்த்தார். பேருந்து நிலையம் எதிரே முனியாண்டி விலாஸ் ஓட்டலில் "சாப்பாடு எம்மாம் ரூபா" என்று கேட்டு வாங்கிக் கொடுத்தார். தம்பிக்கு ரசம், மோரெல்லாம் பிடிக்கவில்லை. திரும்பத் திரும்ப மீன் குழம்பு வாங்கிக் குடித்தான். புளிப்பாகவும் காரமாகவும் நாக்கிற்கு

ருசியாக இருந்தது. தினமும் இங்கேயே இருந்து சாப்பிட முடியாதா என்று மனம் ஏங்கியது.

சலவை செய்யத் துணியைக் கொண்டு போய்க் கொடுத்த வங்கி அதிகாரி வீட்டில் ஒருமுறை மீன் குழம்பைப் பிளாஸ்டிக் பையில் ஊற்றிக் கொடுத்தாள்.

“நேத்தய மீன் கொழம்புடா. சுண்டிப் போச்சு ங்கொம்மாக்கிட்ட போய்க் குடுடா...”

வரும் போதே சுந்தரம் பையில் கையை விட்டுத் துழாவினான். மீன் உடைந்து நொறுங்கியிருந்தது. ஒன்றிரண்டு தின்றபடி வந்தான். இந்தச் சுவை இன்னும் வித்தியாசமாய் இருந்தது. சோறு ஆக்கியதும் போட்டுப் புரட்டி ஆளுக்கொரு உருண்டையாய்க் கொடுத்தாள் கற்பகம்.

எப்போதும் மீன் குழம்பு சாப்பிடுவதென்றால் அது முக்கிய விசேஷ நாளாக வீடே அமர்க்களப்படும். சமையல் சீக்கிரத்தில் முடிந்து சாப்பிட்டுப் பொழுதோட படுத்து விடுவார்கள்.

கற்பகம் மீனின் மேல்பக்கம் சுத்தம் செய்துவிட்டு வாலையும் சேர்த்து நறுக்கினாள். உப்புக் கல்லைச் சட்டியில் போட்டு மீனை ஒரு புரட்டு புரட்டி விட்டு பானைத் தண்ணீரைச் சாய்த்துக் கழுவினாள்.

“இந்த மீனு எவ்ளோ, நூறு ரூபாயாம்மா”.

“இல்ல”.

“பின்ன எவ்ளோ?” ரவி கேள்விகளைத் தொடர்ந்தான்.

“ஒரு கூறு அஞ்சு ரூபாடா”.

“அய்ய்யயோ. அஞ்சு ரூபாயா...?”

அவன் கண்கள் விரிந்து புருவங்கள் உயர்ந்தது.

“இந்த மீன் கொழம்பு நல்லா இருக்குமாம்மா?”

“ம்... வெண்ணெய்க்கட்டி மாதிரி கொழகொழன்னு கொழுப்பா இருக்கும்”.

அம்மா சொன்னதும் இருவருக்கும் வாயில் எச்சில் ஊறி வழிந்தது. மனதிற்குள் எண்ணிச் சுவைத்தார்கள். மீனைக் கழுவிக் கொண்டு கற்பகம் அடுப்பங்கரைக்கு வந்தாள்.

மீன் குழம்பு மேல் இருந்த ஆர்வத்தில் எல்லாரும் முனுசாமியை மறந்தனர்.

"போயினே இரு தோ வர்ரேன்" என்றவன் இன்னமும் வந்து சேரவில்லை.

கற்பகம் குழம்புக்குத் தேவையான பொருள்களை ஒரு சேர எடுத்து வைத்தாள். எப்போது குழம்பு வைத்தாலும் புளியிருந்தால் மிளகாய்த்தூள் இருக்காது. மிளகாய்த்தூள் இருந்தால் உப்பு இருக்காது. இப்படி ஏதாவது ஒன்று இருந்தால் ஒன்று இல்லாமல் அங்குமிங்கும் பக்கத்து வீடுகளில் அலைய வேண்டியிருக்கும். அப்போதும் கூட கடைக்கு அனுப்ப எண்ணெய்ச் சீசாவைத் தேடிக்கொண்டிருந்தாள்.

"ஏய் புவனா?"

"இன்னாம்மா"

"செத்த வாயேன்".

"ம்".

அவள் அருகே நெருங்கி வந்ததும் கற்பகம் வெற்றிலை பாக்குப் பையை இடுப்பிலிருந்து எடுத்துத் துழாவினாள். வெற்றிலை, பாக்கு, சுண்ணாம்பு, புகையிலைக் காம்பு இவற்றையெல்லாம் தள்ளி, இருந்த சில்லறைகளைச் சேர்ந்தாள். மூன்று ரூபாய் தேறியது.

"இந்தாடீ! அந்தச் சீசாவுல மலாட்ட எண்ணெய் ரெண்டு ரூபாய்க்கு வாங்கிக்கோ".

"அப்புறம்..."

"ஒரு ரூபாய்க்கு தேங்காய்ப் பத்த வாங்கிக்க, சீக்கிரம் ஓடியாப் பாப்பம்".

அவள் தெருவைக் கடந்து ரோட்டுப் பக்கமுள்ள கடைக்குப் போய், போன வேகத்தில் திரும்பி வந்தாள். மூச்சு இரைக்கப் பேசினாள்.

"யம்மா, இனி அவன் ரெண்டு ரூபாய்க்கு எண்ணெய் தரமாட்டானாம். அஞ்சு ரூபாய்க்குத்தான் தருவானாம்."

கற்பகம் திருதிருவென முழித்தாள். முனுசாமி போனவன் போனவன் தான். வந்து சேரவில்லை. அவனிடம் ஏதாவது மிச்ச மீதி இருக்கிறதாவென்று வந்த பிறகுதான் தெரியும். அந்த வழியாகப் போன கனகாம்பாளைப் பிடித்து நிறுத்தினாள் கற்பகம்.

"ஏன் டி கனகா, செத்த நில்லேன்".

"இன்னக்கா?"

"அஞ்சு ரூபா இருந்தா கடன் குடு. தர்ரேன்".

"இல்லேக்கா".

"ஏய்... நாளைக்கி தர்றேண்டியம்மா".

"சத்தியமா இல்லக்கா. ஊட்டுகாரர்ரு வேலைக்குப் போனவரு இன்னும் வர்ல; வந்தாதா நானே வொல வெக்கணும்..."

"எவ்ளோதான் கீதுன்னு பைய பாரேன்".

அவள் வெற்றிலைப் பையைத் திறந்து இருந்த இரண்டு ரூபாயை எடுத்துக் கொடுத்தாள். கற்பகம் எண்ணெயை வாங்கி வர அனுப்பினாள்.

"தேங்காய்ப் பத்தைக்கி காசும்மா".

"தேங்கா இல்லாட்டி பரவாயில்ல; போயிட்டு வாடி. நாறிப் போயிடாது."

சோற்றை வடித்து முடிப்பதற்கும் எண்ணெய் வருவதற்கும் சரியாக இருந்தது. குழம்பைத் தாளித்து மிளகாய்த் தூளைக் கொட்டி தண்ணீர் ஊற்றிக் கிளறினாள். ஊற வைத்த புளியைக்

கரைத்து புளித் தண்ணீரையும் ஊற்றிக் கொதிக்க வைத்தாள். மீனையும் கடைசியாக எடுத்துப் போட்டாள்.

முனுசாமி தெருவையே அளந்து கொண்டு வந்தான். வரும் போதே அங்குமிங்கும் சண்டை வாங்கிக் கொண்டு வந்தான்.

"தேய்க்கிற பொட்டி வாங்கக் கடன் கேட்டா கொடுக்கல. தள்ளுவண்டி வாங்க. பெட்டிக்கடை வைக்க கடன் கேட்டா கெடைக்கல. என்னா அரசாங்கமோ; அப்புறம் எப்படித்தான் பொழப்பு நடத்தறது; எது எக்கேடு கெட்டாலும் பரவாயில்ல. இவனுக்கு ராத்திரியானா ரவ சாராயம் குடிச்சாவணும். ச்சீ. இன்னா சென்மமோ..."

கற்பகம் சொல்லிப் புலம்பினாள். குழம்பு கொதித்து வாசனை மூக்கைத் துளைத்தது. ரவி அடுப்பங்கரைக்கும் வாசலுக்குமாக நடந்து கொண்டிருந்தான். அடுப்பங்கரையில் உட்கார்ந்திருந்த புவனாவிற்கு வியர்த்துக் கொட்டியது. கற்பகம் வாசலைப் பெருக்கி விட்டு உட்கார்ந்தாள். மீன் குழம்பு வாசனையில் கறுத்த நாயொன்று வீட்டைச் சுற்றி வட்டமடித்துக் கொண்டிருந்தது.

"ஏய் சோத்த போடன் டி."

முனுசாமி உச்சஸ்தாயியில் கத்தினான். கற்பகம் அவனை முறைத்துப் பார்த்தாள். அலுமினியத் தட்டையும் சோற்றுக் குண்டானையும் கொண்டு வந்து வைத்தாள். ரவியும் சுந்தரமும் கற்பகத்தின் இரண்டு தொடையைப் பிடித்தபடி நெருங்கி உட்கார்ந்திருந்தார்கள். ரவிக்குத் தூக்கம் வருவது போல் கண்கள் பிசுபிசுத்தது. சாப்பிட்டுப் படுக்க வேண்டும் என்று விடாமல் விழித்திருந்தான்.

"ஏய் புவனா, கொதிச்சது போதும். கொழம்ப எறக்கி வாடீ".

"ஆங்... சரி... சரி"

அவள் சட்டியைப் பிடிக்கக் கரித்துணியைத் தேடினாள். இங்குதான் இருந்த மாதிரி இருந்தது. எங்கு போய்த் தொலைந்ததோ பாவாடைத் துணியால் அவசரமாய் பிடித்துத் தூக்கித் திரும்பி நிமிர்வதற்குள் கையில் சூடு தாங்க முடியாமல் அப்படியே போட்டு உடைத்தாள். குழம்பு காலில் பட்டு அய்யோவெனக்

கத்தினாள். சற்றுத் தள்ளி உட்கார்ந்து பாவாடைத் துணியால் கால்களை அழுத்திப் பிடித்தாள். தாள முடியாத எரிச்சல் வலி, அவற்றையும் மீறி அம்மா மேல் உள்ள பயம்தான் அதிகமானது.

"அடிப்பாவி இப்படி செஞ்சுட்டியே. ரெண்டு நாள் கொழம்பாச்சே. உன்ன வெள்ளாவில வெச்சாதான் டி பயம் வரும்..."

கற்பகம் ஆத்திரத்தில் குழம்புக் கரண்டியால் நங்கென்று தலையில் வைத்தாள். தலையில் ரத்தம் கசிய ஆரம்பித்தது. எழுந்து அலறி நின்றாள். ரத்தஞ் சொட்டச் சொட்டக் காலும் நிற்க முடியாமல் புவனா பக்கத்துத் தெருப் பக்கம் ஓட்டம் பிடித்தாள். கற்பகமும் விடாமல் பின்னாலேயே எழுந்து ஓடினாள்.

காத்திருந்த கருப்பு நாய் நேரம் பார்த்து மண்ணில் விழுந்து ஊற்றிய குழம்பை ஆவி பறக்க நக்கியது. மீனைச் சூட்டோடு சூடாக லபக் லபக்கென்று விழுங்கியது. ரவியும் சுந்தரமும் துரத்தியும் நாய் ஓடாமல் குரைத்துக் கொண்டு சீறியது. அவர்கள் பயந்து ஒதுங்கிக் கொண்டார்கள். முனுசாமி போதை மயக்கத்தில் 'ச்சூ... ச்சூ...' என நாயை விரட்டினான். நாய் அதைச் சட்டை செய்யவில்லை. கற்பகம் போன வேகத்தில் பாதியிலேயே புலம்பிக் கொண்டு திரும்பி வந்தாள். நக்கிக் கொண்டிருந்த நாயை ஆத்திரத்தில் செங்கல்லால் முதுகின் மேல் அடித்தாள். அது 'வீல்' எனக் கத்திக் கொண்டே ரோட்டுப் பக்கம் ஓடியது.

நாலைந்தாக உடைந்த சட்டித் துண்டைப் பொறுக்கி ரவியிடம் கொடுத்து குப்பை மேட்டில் போட்டு வரச் சொன்னாள். முனுசாமி தூக்கத்தில் வாசலில் அப்படியே சாய்ந்து கிடந்தான். சுந்தரத்திற்கும் ரவிக்கும் சோற்றைப் போட்டு தண்ணீரையும் உப்பையும் போட்டு கலக்கி வைத்தாள். சட்டியைப் போடப் போனவன் வரவில்லை என்று சுந்தரத்தை அனுப்பி வைத்தாள்.

"யம்மா... யம்மா..."

சுந்தரம் வார்த்தைகளில் விறுவிறுப்பு இருந்தது.

"இன்னாடா?"

நீ சட்டியைப் போட்டுட்டு வரச் சொன்ன இல்ல!"

"ஆமாம்"

"அவென் இன்னா செய்யிறான் தெரியுமா?"

"இன்னா செய்யிறான்?"

"சட்டிய வழிச்சு நக்கிட்டு இருக்கான்".

அவளுக்கு ஆத்திரம் பொங்கிக் கண்ணில் நீர் ததும்பியது. எழுந்து வந்தாள். கற்பகத்தைப் பார்த்து உடைந்த சட்டித் துண்டுகளை வெடுக்கென்று போட்டு விட்டுக் கண் கலங்கினான் ரவி. அவளுக்கு அடிக்க மனசில்லாமல் அவனை அணைத்து அழைத்து வந்தாள். கண்களை முந்தானையால் துடைத்துக் கொண்டு சொன்னாள்.

"நாளைக்கு எப்படியாச்சும் மீன் கொழம்பு வெக்கிறேன்..."

கிட்டத்தட்ட தெருவே அடங்கிப் போன மாதிரி இருந்தது. அவர்கள் கஞ்சியைக் குடிக்க ஆரம்பித்தனர். தூரத்தே புவனா கால்கள் தாங்கியபடி நெருங்கி வந்து கொண்டிருந்தாள்.

மேலே வழக்கம் போல் மின்கம்பத்தில் விளக்கு விட்டுவிட்டு மின்னிக் கொண்டிருந்தது கற்பகத்திற்கு எரிச்சலூட்டியது.

□ இந்தியா டுடே, 29.3.1999

ஆதாரம்

அவளின் செய்கையில் அவசரம் தெரிந்தது. வேலைக்குப் போகிற மாதிரி இல்லை. அதிலும் வயல் வேலைக்குப் போகிற மாதிரி இருந்தால் இதற்கு முன்பே இருட்டுக் கருக்கலில் கிளம்பி இருக்க வேண்டும். அஞ்சலையம்மாளை எதிர் வீட்டுத் திண்ணையிலிருந்து உன்னிப்பாகக் கவனித்துக் கொண்டிருந்தாள் விருத்தாம்பாள்.

சீசாவைத் தலைகுப்புறச் சாய்த்து, இருக்கிற எண்ணெயைக் கையில் ஊற்றி முகத்தில் முகர்ந்தாள். மணிலா எண்ணெயின் சிக்கு நெடி மூக்கைத் துளைத்தது. பாட்டிலின் அடியில் அழுக்கேறிக் குழகுழப்பாக இருந்தது. தலையில் தேய்த்து விரல்களால் சிக்கேறிப்போன கருத்துப் பழுத்திருந்த கொஞ்ச முடியைக் கோதிவிட்டுத் தேய்த்தாள்.

முருகேசனுக்கு அவள் எங்கே கிளம்புகிறாள் என்று தெரியாமல் விழிபிதுங்க நின்று வேடிக்கை பார்த்துக் கொண்டிருந்தான். அப்பாவிற்குப் பிறகு அவள் தான் எல்லாம் என்றிருந்தது முருகேசனுக்கு. கிடைக்கிற எந்த வேலையானாலும் போய்த் தட்டாமல் செய்துவிட்டுத் திரும்புவாள் அஞ்சலையம்மாள்.

முகத்தில் பொட்டு வைத்துக் கொண்டு எழுந்த அவள் மண் சுவரின் ஓரமிருந்த டிரங்க் பெட்டியை வெளியே கொண்டு வந்து திறந்தாள். பகல் நேரத்திலும் இருட்டாகிக் கிடக்கும் அவள் வீட்டின் இன்னொரு அறையில், அரிசிப்பானை எங்கேயிருக்கிறது பெட்டிப் படுக்கை எங்கேயிருக்கிறது என்பதெல்லாம் அவளுக்கு அத்துப்படியான விசயம்.

துணிக்கடைப் பையை எடுத்து உள்ளே பிரித்துப் பார்த்து, இதுதான் என்பதைக் கவனமாக உறுதி செய்து கொண்டாள்.

வலது மூலையில் கைவிட்டு வெளியே எடுத்தாள். இருபது ரூபாயும் ஒன்றிரண்டு சில்லறைக் காசும் தட்டுப்பட்டது. எடுத்து சுருக்குப் பையில் வைத்து இடுப்பினுள் செருகிக் கொண்டாள்.

முருகேசனுக்கு எல்லாம் புரிந்து விட்டது. தனக்காகத் தான் அம்மா கிளம்புகிறாள் என்பதை உறுதி செய்து கொண்டான். இரவு சோறு வடித்த தேக்சாவிலிருந்த நீராகாரத்தை உப்புப் போட்டுக் கலக்கி மடமடவென ஒரு செம்பை அவள் குடித்துவிட்டு வெளியே வந்தாள்.

"நானும் வரட்டாம்மா" முருகேசன் கேட்டான்.

"எங்க?"

"உன் கூடதான்"

"வேணாம் வேணாம்"

"ஏன்மா"

"நீ தான் முன்னயே வந்தியே"

"நான் சும்மா தான இருக்கன், வர்றேன்".

"காசில்ல, நான் பாத்துட்டு வந்திடறேன்".

அவள் அவனிடம் சொல்லிவிட்டு வெளியே வந்தாள். அவளையே வெறித்துக் கொண்டிருந்த விருத்தாம்பாளிடமும் கத்திச் சொல்லிவிட்டுக் கிளம்பினாள்.

"செத்த, பாத்துக்க எக்கா; டவுனுக்குப் போய் வந்திடறேன்".

அவள் போவதையே தொடர்ந்து பார்த்துக் கொண்டிருந்தாள்.

அஞ்சலையம்மாள் சாலையில் வந்து நின்றிருந்த டவுன் பஸ்ஸைப் பார்த்து ஓடிப்போய் இடம் பிடித்து உட்கார்ந்தாள். பேருந்து புறப்பட்டதும் அவள் எண்ணங்கள் சன்னல் வழியாகப் போன மரம் செடிகளின் மேலும் வயல்வெளிகளின் மேலும் இருந்தது. வேடிக்கை பார்த்தவாறே மனதிற்குள் வேறுவேறு விசயங்கள் வந்து உள்ளுக்குள் நிழலாடியது.

“தே பாரு, காலையிலேயே எழவாட்டம் நிக்கறத.”

கிராம அதிகாரி சொன்னது இன்னும் மறக்க முடியவில்லை. கன்னத்தில் அறைவது போல் ஒவ்வொரு வார்த்தையும் சூடாக இருந்தது.

“ஏன்தா இவ தொடர்ந்து அலையுறா” அவனது மனைவி கேட்டாள்.

“அவ தலையெழுத்து அலையுறா”

“சொல்லியனுப்ப வேண்டியதானங்க”

“மேல முடிவு பண்ணனும், என் கைய்யில ஒன்னுமில்லன்னு பல தடவ சொல்லிட்டேன், சொன்னா கேட்டாதான?”

“தோ, இதோ என்று ஆயிரம் ரூபாய்க்கு மேல் பிடுங்கிக் கொண்டு, இதுவரை முடித்துத் தராமல் வருவாய் ஆய்வரைப் பாக்கணும், வட்டாட்சியரப் பாக்கணும் என்று தள்ளி விட்டு விட்டான். வருவாய் ஆய்வரையும் நாலைந்து முறை அலைந்து பார்த்து நான் முடிச்சிர்றேன்” என்று சொல்லி அவனும் அய்நூறு ரூபாய்க்கு மேல் சிறுகச் சிறுகப் பிடுங்கிக் கொண்டு கடைசியில் வட்டாட்சியரிடம் சொல்லி முடிச்சிடலாம் என்று சொல்லியிருந்தான்.

“அவன் சொன்னதால் இன்று இந்தப் பயணம்” என்று பேருந்தில் நினைத்துக் கொண்டாள். உருப்படாத கணவனால், குடும்பத்தை வைத்துக் காப்பாற்ற முடியாமல் ஒண்டியாய் ஒரு பிள்ளையைப் படிக்க வைத்து ஆளாக்கப் பட்டபாட்டை நினைத்தால் நெஞ்சே வெடித்துவிடும் போலிருந்தது அவளுக்கு.

முருகேசனுக்கு அஞ்சு வயசிருக்கும். வாயாலயும் வவுத்தாலயும் போய்க் கொண்டேயிருந்தது. சண்முகம் தன் சாதிக்காரர்களிடம் கேட்டு நாட்டு வைத்தியம் எவ்வளவோ செய்து பார்த்தான். நிற்கவேயில்லை. வாடிப்போன வெற்றிலைக் கொடி மாதிரி துவண்டு கிடந்தான் முருகேசன்.

பக்கத்து ஊரில் அரசாங்க மருத்துவமனைக்கும் அடிக்கடிப் போய்ப் பார்த்து வந்தான். ஒன்றும் பலனில்லை.

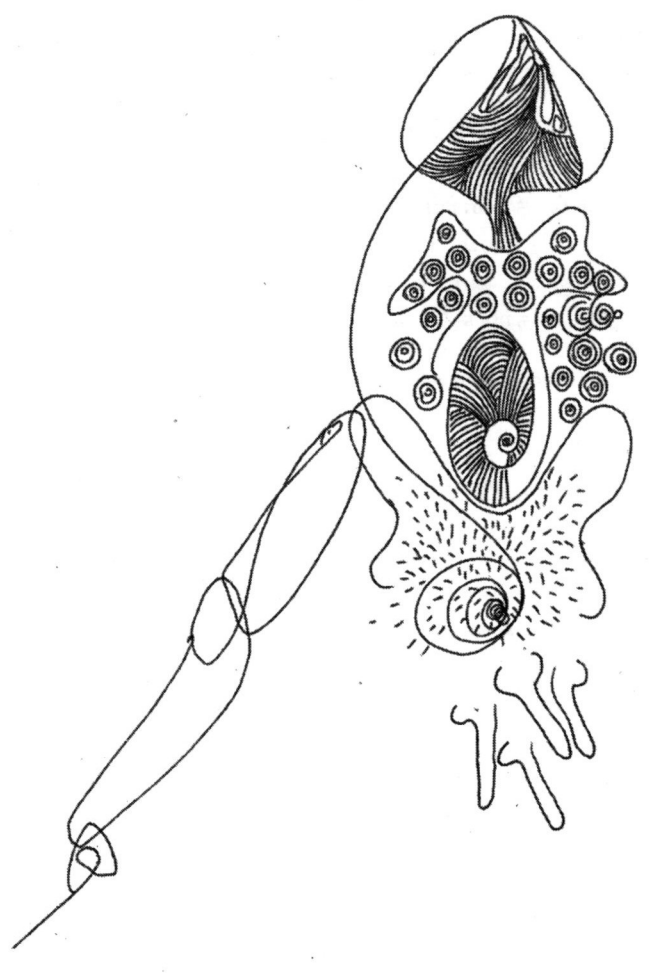

அந்தக் காலம் மாதிரி இப்போதெல்லாம் பிழைப்பு கிடையாது. சண்முகம் மட்டுமில்லை, சொந்தக்காரர்களான பழங்குடி இருளர்கள் யாரும் பாம்பு பிடிக்கவோ, எலி பிடிக்கவோ, வேட்டையாடவோ போவதில்லை. அவர்கள் வீடு ஊரைத் தள்ளி ஒதுக்குப் புறமாக இருந்தது. சுத்தியிருக்கும் காட்டு மோட்டில் கிடைக்கிற பிழைப்பில் ஏதாவது கூலி வேலை செய்துதான் வயிற்றுப்பாட்டைக் கழுவ முடியும்.

வேலை கூட அப்படியொன்றும் அன்றாடம் சல்லிசாய்க் கிடைக்கிற மாதிரியில்லை. ஆங்காங்கே பாறைகளும், கிணற்றுப் பாசனங்களும் நிரம்பிய பகுதிதான். எங்கோ ஒன்றிரண்டு வயல்களில் தெரியும் பசுமையை உருவாக்கிய பெருமை சண்முகத்திற்கும் உண்டு. ஒரு நாள் ஊருக்கு வடக்கே போனால், ரெண்டு நாள் தெற்கே போக வேண்டியிருக்கும்.

கடைசியில் வேலையும் சரிவரக் கிடைக்காமல், குடும்பத்தையும் வைத்துக் காப்பாற்ற முடியாமல், முருகேசன் படுத்த படுக்கையாகக் கிடந்த சமயத்தில் சொல்லாமல் கொள்ளாமல் ஒரு நாள் வீட்டைவிட்டு ஓடிப் போனவன்தான் சண்முகம்.

உறவினர்கள் போய்ப் பிழைக்கும் பெங்களூர் வீதியொன்றில் ஓட்டல் கடையில் வேலை செய்யும் போது, அவனை உயிரோடு பார்த்ததாக அஞ்சலையம்மாளிடம் சொன்னதுதான் இன்னமும் நெற்றியில் வைக்கும் ஒரு துளி பொட்டுக்கு ஆதாரமாக இருந்தது. அவன் இருக்கிறானா இறந்து விட்டானா என்பது பற்றி அவளுக்குக் கவலையில்லாமல் போய்விட்டது. அவளது கனவெல்லாம் முருகேசன்தான், அவனது எதிர்காலம் பற்றி நினைத்து அடிக்கடி விசனப்படுவாள்.

அவளது சிந்தனையைத் தடுத்து நிறுத்தினார் பேருந்து நடத்துநர். அப்போதுதான் ஊர் வந்து சேர்ந்தது அவளுக்குத் தெரிந்தது. இறங்கி விடுவிடுவென வந்து சேர்ந்தாள். வட்டாட்சியர் அலுவலகத்தில் வாசலில் இருந்த மரத்தோரம் நின்று கண்களால் ஒரு நோட்டம் விட்டாள். இவளைப் போலவே ஆளுக்கொரு வேலையாக வந்தவர்கள் ஆங்காங்கே நின்று கொண்டிருந்தார்கள். கையிடுக்கில் கைப் பையும், பிளாஸ்டிக் பையும் அடங்கியிருந்தது.

வட்டாட்சியர் அறையை நோக்கிப் போன போது தடுத்து நிறுத்தினான் உதவியாளன். அவள் பயந்து போய் வாய் லேசாகக் குழறியது.

"அய்யாவப் பாக்கணும்"

"இன்னா விசயம்"

"சர்டிபிகேட்டு வாங்கணும்"

"இன்னா சர்டிபிகேட்"

"சாதி சர்டிபிகேட்"

"அதுக்கு நீ பாட்டுக்கு வர்றதா; மணியகாரு வருவாரு போய்ப் பாரு"

"அவர்தாங்க வர்றேன்னாரு"

அவளைக் கழுத்தைப் பிடித்துத் தள்ளாத குறையாக தள்ளினான். அவள் அவமானத்தால் ஒதுங்கி வந்து மீண்டும் வாசலில் இருந்த மரத்தோரம் வந்து நின்றாள். சுற்றியிருந்தவர்கள் அவளையே வேடிக்கை பார்த்தார்கள். அலுவலக மரங்கள் அசையாமல் நின்றிருந்தன. அவளால் நீண்ட நேரம் நிற்க உடலில் வலுவில்லாமல் அப்படியே சாய்ந்து உட்கார்ந்தாள். கிறுகிறுவென மயக்கம் வருவது போலிருந்தது. சைக்கிளில் டீ விற்றுக் கொண்டிருந்தவனிடம் ஒரு டீ வாங்கிக் குடித்தாள். பையைத் திறந்து வெற்றிலை பாக்கை வாய்க்குப் போட்டாள்.

மதிய நேரம் கடந்து வெய்யில் தாழ ஆரம்பிக்கும் ஒரு முன் மாலைப் பொழுது. கிராம அதிகாரி வந்து மோட்டார் வண்டியை நிறுத்தினான். பார்த்துப் பார்த்துப் பூத்துப் போயிருந்த அவள் கண்ணில் பட்டென கவனிக்க முடியவில்லை. கொஞ்ச நேரம் சுதாரித்தபின் முகம் மலர்ந்தது. அருகே வந்து நின்றாள். அவன் உள்ளே அழைத்துப் போன போது யாரும் தடுக்கவில்லை. அதே உதவியாளன் விலகி நின்றிருந்தான்.

கொஞ்ச நேரத்தில் திரும்பி வெளியே அழைத்து வந்து சொன்னான். அய்ந்நூறு பணம் கொடுத்துவிட்டு போகச் சொன்னான். அவள் தனது கஷ்டங்களைச் சொல்லி ரெண்டு நாளில் வருவதாகச்

சொன்னதை ஒப்புக்கொண்டான். அடுத்த வாரம் மேலதிகாரியைப் பார்க்க வேண்டும் என்று சொல்லியனுப்பினான் அவன்.

வீடு வந்து சேர்ந்தபோது ஊரே இருட்டிப் போயிருந்தது. முருகேசன் மண்ணெண்ணெய் விளக்கைப் பற்ற வைத்துக் கொண்டு திண்ணையில் உட்கார்ந்திருந்தான். அவளைப் போலவே அவனது முகம் வாடிப்போய், பார்க்கப் பரிதாபமாய் இருந்தது.

"இன்னாடி போனகாரியம் முடிஞ்சுதா!"

விருத்தாம்பாளின் குரல் எதிர்த் திசையிலிருந்து ஒலித்தது.

"இல்லக்கா, மறுபடியும் போவணும்"

"எப்போடீ"

"அடுத்தவாரம் பெரிய அதிகாரி வெசாரணையாம்".

"இன்னாடி அப்டி வெசாரண, வருசக் கணக்கலியா, ச்சீ..."

"ஏன்தா இந்தச் சாதில வந்து பொறந்தமோ, வயித்துக்கும் பாடு, உயிர் வாழறதுக்கும் பாடுதான்" அவள் எரிச்சலோடு பேசினாள்.

இரவு சாப்பிட்டுப் படுக்க வெகு நேரம் ஆகிவிட்டது. முருகேசன் வளர்ந்த ஆள் மாதிரி தோற்றத்தில் இருந்தான். அவனும் படித்துவிட்டு, மேல்படிப்பு படிக்க பொருளாதார வசதி இல்லாமலும் வேலை வாய்ப்பகத்தில் பதிய முடியாமலும் சிரமப்பட்டுக் கொண்டிருந்தான்.

அஞ்சலையம்மாளின் சொந்தக்காரர்கள் போய்ப் பிழைக்கும் பெங்களூரில் பழம் விற்க அனுப்பி, கடைசியில் உடல் நலம் சரியில்லாமலும் போதுமான அனுபவமின்மையாலும் ஒரே மாதத்தில் ஓடி வந்தவன்தான் முருகேசன். சாதிச் சான்றிதழ் கேட்டு அம்மாவோடு நடையாய் நடந்து அவன் கொண்டு வந்த காசையும் கொடுத்துவிட்டுக் கடைசியில் ஓய்ந்து போனான்.

ஆனாலும் அஞ்சலையம்மாள் விடுவதாய் இல்லை. இடையில் வட்டிக்குக் கடன் வாங்கி அய்ந்நூறு ரூபாய் கொண்டு போய்க் கிராம அதிகாரி சொன்னது போல் கொடுத்துக் கண்ணீர்விட்டு அழுதாள்.

இந்தச் சான்றிதழ் மேலதிகாரிதான் தரவேண்டும் என்பதால் 'திங்கக்கெழம விசாரணை, கண்டிப்பா வந்திடணும்' அவன் ஏற்கெனவே சொல்லியனுப்பியதை மீண்டும் உறுதி செய்து கொண்டான்.

திங்கட்கிழமை முருகேசனையும் அழைத்துச் சென்று மாவட்ட ஆட்சியரகத்தின் வாசலில் போய் நின்றிருந்தாள். பதினோரு மணி வெய்யில் உச்சிக்கு எட்டுகிற சமயம், வட்டாட்சியரோடு கிராம அதிகாரி ஜீப்பில் வந்து இறங்கினான். சொன்ன மாதிரி அவன் வந்ததில் சந்தோசப் பட்டாள். கையெடுத்துக் கும்பிட்டாள். வட்டாட்சியரின் நடைக்கு முன்னே அவனது தொப்பை போய்க்கொண்டிருந்தது. அவனது கழுத்தில் சதைகள் உருண்டு திரண்டு தொங்கிக் கிடந்தன.

அவன் அலுவலகத்தின் உள்ளே ஓர் அறையில் போய் நின்றதும், வாசலில் கும்பலாய் நின்றிருந்த சனங்களில் அஞ்சலையம்மாளைக் கண்டுபிடித்து கிராம அதிகாரி உள்ளே அழைத்துச் சென்றான்.

உள்ளே மேலதிகாரி அவளது விண்ணப்பங்களை வைத்துப் படித்துக் கொண்டிருந்தான். மேசை, கண்ணாடியால் பளபளத்துக் கொண்டிருந்தது. அவனது கண்கள் கண்ணாடிக்கு மேல் தெரிந்தன.

"உம் பேருன்னாம்மா"

"தேம்மா உன்னதான் கேக்கறாரு அய்யா"

கையைக் கட்டிக்கொண்டு மகனுடன் நின்றிருந்த அவளைப் பார்த்துச் சொன்னான் வட்டாட்சியர்.

"அஞ்சலை சாமி"

"இன்னாது"

"அஞ்சலை"

"அஞ்சலையம்மாள் இன்றது யாரு"

"அதான்ங்க, ம்க்கும்..."

"இன்னா அதாங்க"

நந்தனார் தெரு | 217

“தேம்மா பேரக்கூட ஒழுங்கா சொல்ல மாட்டியா” வட்டாட்சியர் முறைத்தான்.

“புருசன் பேரு இன்னா”.

அவள் சற்றுத் தயங்கினாள். மகனைத் திரும்பிப் பார்த்தாள். அவன் எல்லோரையும் பார்த்து விழித்தான்.

“சண்முகம்”

“அவன் எங்க”

அவள் நெஞ்சு வெடித்துவிடும் போலிருந்தது, நீண்ட நாட்களாய் மறைந்து, அவர்கள் மறந்துபோன அந்த உறவைப் பற்றிக் கேட்கிற அதிகாரியின் முகத்தைப் பார்க்கிற அவளுக்குச் சங்கடமாய் இருந்தது.

“என்னமா இருக்கானா, செத்திட்டானா”

“இல்ல சாமி”

“இல்லன்னா... செத்திட்டானா”

“இல்ல சாமி..., ஓடிட்டாரு”

“ஏம்மா, ஓம் பேச்சே சரியில்ல, எது உண்மை, எது பொய்யினு தெரியுல”

“நான் சொல்றது உண்மதான் சாமி”

“வருமானம் இன்னா”

“கூலி தான்”

“இப்போ எதுக்கு வந்த”

“சாதி சர்டிபிகேட், தோ இவனுக்குத்தான் சாமி” அவளது குரல் பணிவாய் ஒலித்தது.

“நீ இன்னா சாதி தெரீமா”

“பழங்குடி இருளர்ங்க”

“பொய் சொல்லாத”

“ஆமாம் சாமி”

“உன்னப் பாத்தா அப்டீ தெரியலையே”

“தலைமொறை தலைமொறையா குடியிருக்கம் சாமி”

“பாம்பு புடுப்பியா”

“தெரியாது சாமி”

“அப்போ இருளர்னு சொல்றியே”

“காலம் மாறிடுச்சு சாமி, எங்க சனங்கள வந்து பாருங்க, எல்லாம் வெவ்வேற கூலி வேலதான் செய்யிறாங்க, பழய தொழிலுக்கு மதிப்பு இல்லீங்க...”

“நாங்க எப்படி நம்பறது”

“நீங்க நெனைச்சா எங்க குடும்பத்த வாழவெக்கலாம் சாமி”

“அதுக்காகப் பொய் சொல்லச் சொல்றியா...”

“அப்படியெல்லாம் இல்ல சாமி”

“நீ பாட்டுக்கு மனு எழுதிப்போட்டா, யாரு தருவாங்க, பொய்யாப் போச்சுனா அவ்ளோதான் நாங்க கம்பி யெண்ணணும் தெரீமா”

“பொய்யில்ல, நெசம்தான் சாமி நேராவந்து வெசாரிங்க”

“பொய்தான், பின்ன எதவெச்சு நம்பறது?”

“அப்போ நாங்க இன்னாதான் சாதின்னு சொல்லுங்க சாமி” அவளது வார்த்தையில் அறையே கொஞ்ச நேரம் மவுனமானது.

“இவ்ளோ பேசுறியே உன்கிட்ட ஏதாச்சும் ஆதாரம் இருக்கா?”

“நாங்க உசுரா நின்னுகிட்டு இவ்ளோ நேரம் பேசுறமே இதான் சாமி ஆதாரம்...”

“பேச்சப் பாத்தியா திமிரா, அவள வெளிய தள்ளுயா”

வட்டாட்சியர் எழுந்து அவளை வெளியே அழைத்து வந்தான். இரண்டு பேரும் சேர்ந்து மேலும் திட்டித் தீர்த்தார்கள். அவள் கண்ணீரோடு கையெடுத்துக் கும்பிட்டுக் கெஞ்சினாள். 'பார்க்கலாம் போ' என்கிற மாதிரி வந்த ஜீப்பில் ஏறிக் கிளம்பிப் போனார்கள்.

அலுவலக வாசலில் மண்டிக்கிடந்த புழுதியைத் தாண்டி மகனுடன் வெளியே வந்தாள். நானும் பார்க்கிறேன் என உள்ளுக்குள் ஒரு முறை சொல்லிக் கொண்டாள். இரண்டு ஆண்டுகளாய் நடந்து நடந்து பழகிப்போன அவளது கால்கள் முன்பைவிட வேகமாய்ச் சாலையைக் கடந்தன.

□ தினமணி கதிர், 29.7.2001,
தினமணி – நெய்வேலி புத்தகக் காட்சி நடத்தியப் போட்டியில் மாநில அளவில் முதல் பரிசு பெற்றது.

விழி. பா. இதயவேந்தனின் பிற நூல்கள்

1. நந்தனார் தெரு (சிறுகதைகள்) டிச. 1991
2. வதைபாடும் வாழ்வு (சிறுகதைகள்) டிச. 1994
3. தாய்மண் (சிறுகதைகள்) டிச. 1996
4. சிநேகிதன் (சிறுகதைகள்) டிச. 1999
5. உயிரிழை (சிறுகதைகள்) டிச. 2000
6. அம்மாவின் நிழல் (சிறுகதைகள்) டிச. 2001
7. ஏஞ்சலின் மூன்று நண்பர்கள் (குறு நாவல்கள்) டிச. 2001
8. தலித் சிறுகதைகள் (தொகுப்பு நூல்) நவ. 2002
9. தலித் அழகியல் (கட்டுரைகள்) டிச. 2002
10. கனவுகள் விரியும் (கவிதைகள்) டிச. 2002
11. இருள் தீ (சிறுகதைகள்) டிச. 2003
12. தலித் கலை, இலக்கியம் (கட்டுரைகள்) டிச. 2003
13. தலித் நாட்டுப்புறப் பாடல்கள் (தொகுப்பு நூல்) டிச. 2003
14. மலரினும் மெல்லியது (சிறுகதைகள்) டிச. 2004
15. எவரும் அறியாத நாம் (கவிதைகள்) டிச. 2004
16. தலித் இலக்கிய அரசியல் (கட்டுரைகள்) டிச. 2004
17. பழங்குடியினர் கதை, கவிதை, கட்டுரைகள், அக். 2005
18. அப்பாவின் புகைப்படம் (சிறுகதைகள்) டிச. 2006
19. புதைந்து எழும் சுவடுகள் (சிறுகதைகள்) சன. 2007
20. முரண்தடை (கவிதைகள்) டிச. 2007
21. தலித் எனும் கலகக்குரல் (கட்டுரைகள்) சன. 2009
22. இனி வரும் காலம் (கவிதைகள்) டிச. 2010
23. பெண் படைப்புலகம் (கட்டுரைகள்) தொகுப்பு நூல்

விழி. பா. இதயவேந்தன்
பெற்ற பரிசுகள், பாராட்டுகள், விருதுகள்

1994 தந்தை டானியல் தலித் இலக்கிய விருது, குரல் இலக்கிய அமைப்பு, கடலூர்.

1994 சிறந்த சிறுகதை தொகுப்பிற்காக வில்லி தேவசிகாமணி நினைவு பரிசு, கோயம்பத்தூர்.

1985 செம்மலர் சிறுகதைப் போட்டியில் இரண்டாம் பரிசு, மதுரை.

1996 சிறந்த பகுத்தறிவு தமிழ்நூல் பரிசு (K.R.G.N.R. அறக்கட்டளை, சேலம்)

1999 பாரதி பணிச் செல்வர் விருது, அனைத்திந்தியத் தமிழ் எழுத்தாளர்கள் சங்கம், சென்னை (முகாம் எட்டயபுரம் 11.12.1999)

2000 சிறந்த சிறுகதை நூல் பரிசு, தமிழ்நாடு கலை இலக்கியப் பெருமன்றம் மற்றும் நியூ செஞ்சுரி புத்தக நிறுவனம் (முகாம் எட்டயபுரம் 22.05.2000)

2000 தமிழக அரசின் சங்கப் பலகையில் சிறுகதைக்கான குறள் பீட பாராட்டிதழ், (15.12.2001) சென்னை.

2001 சிறந்த இலக்கிய சேவைக்கான கௌரவிப்பு முப்பெரும் விளையாட்டுக் கழகம், விழுப்புரம் (03.06.2001)

2001 கவிஞர் கடலூர் பாலன் நினைவு (சிற்றிதழில் வெளிவந்த சிறந்த படைப்புக்கானப் பரிசு) தமிழ்நாடு கலை இலக்கியப் பெருமன்றம், சென்னை (07.06.2001)

2001 சிறுகதைக்கான முதல் பரிசு, தினமணி மற்றும் நெய்வேலி புத்தகக் கண்காட்சி 2001, நெய்வேலி (29.07.2001)

2002 மக்கள் படைப்பாளி விருது திண்டிவனம், வேதவள்ளியம்மாள் அறக்கட்டளை சார்பாக நினைவு விருது 2002 (06.02.2002)

2002 விழுப்புரம் தமிழ்ச்சங்க படைப்பாளர் விருது (04.05.2002)

2002 கவிஞர் கடலூர் பாலன் நினைவு (சிற்றிதழில் வெளிவந்த சிறந்த படைப்புக்கானப்) பரிசு, தமிழ்நாடு கலை இலக்கியப் பெருமன்றம், சென்னை (21.07.2002)

2002 சிறந்த எழுத்துப் பணியினைப் பாராட்டி கௌரவிப்பு நெய்வேலி நிலக்கரி நிறுவனம் (புத்தகக் கண்காட்சி 2002 - 07.08.2002)

2002 தலித் சிறுகதை நூலுக்கான இலக்கிய பரிசு, பொ.மா. சுப்பரமணியன் அறக்கட்டளை, பொள்ளாச்சி (13.10.2002)

2003 சிறந்த சிறுகதை நூலுக்கான இலக்கிய பரிசு திருவள்ளுவர் மன்றம், இராசபாளையம் (23.02.2003)

2003 சிறுகதை தொகுப்பிற்கான எழுத்துச் செம்மல் விருது, விழுப்புரம் மாவட்ட மைய நூலகம் (23.03.2003)

2003 சிறந்த எழுத்தாளராக பரிசு பெற்றமைக்காக பட்டயம் வழங்கி பாராட்டு, பாவேந்தர் பேரவை விழுப்புரம் (04.05.2003)

2003 கலை இதழ் நடத்திய 2002 இன் சிற்றிதழ்களின் சிறந்த படைப்புகளான அறந்தை நாராயணன் நினைவு முதல் பரிசு, தமிழ்நாடு கலை இலக்கிய பெருமன்றம், சென்னை (31.08.2003)

2003 புதுடெல்லி - பாரதிய தலித் சாகித்ய அகாடமியின் தலித் இலக்கியத்திற்கான தேசிய விருது "டாக்டர். அம்பேத்கர் பெலோஷிப் விருது" 2003 (15.12.2003)

2004 சிறந்த சிறுகதை நூலுக்கான (சிநேகிதன்) சென்னை பாரத ஸ்டேட் பாங்க் முதல் பரிசு (23.11.2004)

2005 திருப்பூர் தமிழ்ச்சங்கம், 2004 ஆம் ஆண்டிற்கான இலக்கிய விருது (31.07.2005)

2005 சிந்தனையாளர் விருது, தமிழக சிந்தனையாளர் பேரவை, கடலூர் (19.11.2005)

2005 சி.சு. செல்லப்பா விருது, பாரதி தமிழ்ச்சங்கம், சிவகாசி, (28.12.2005)

2006 அறந்தை நாராயணன் நினைவுப் பரிசு (மாற்றிதழ்களில் சிறந்த படைப்பு 2004)

2006 சோமந்துறை மயில்மணி அறக்கட்டளை விருது, தமிழ்வயல் இலக்கிய அமைப்பு சுந்தராபுரம், கோவை 24.

2007 விடுதலை வேர் விருது, 2007 மதுரை, தலித் ஆதார மையம் (17.03.2007)

2009 கவிதைக்கான பாராட்டிதழ், பெங்களூர் தமிழ்ச் சங்கம் (22.03.2009)

2016 ஈரோடு தமிழன்பன் விருது, புதுச்சேரி.

2018 அசோகமித்திரன் விருது (2017-2018) சென்னை.

2018 'துடி' இலக்கிய அமைப்பின் தலித் இலக்கியத்திற்கான சாதனையாளர் விருது, சென்னை.

2022 உலகப் புத்தக தின நினைவுப் பரிசு, தமிழ்நாடு அறிவியல் இயக்கம், விழுப்புரம், கோலியனூர் வட்டாரம், 24.04.2022.

2022 'நீலம்' பண்பாட்டு மையம், சென்னை பாராட்டு (மதுரை 28.04.2022)

2022 விழுப்புரம் தமிழ் அமைப்புகள் பாராட்டு (இதயவேந்தன்-60, 03.07.2022)

□